மாலதி மைத்ரி (1968)

புதுச்சேரி மாநிலத்தைச் சேர்ந்த இவர் பள்ளிக்கல்வி மட்டுமே முடித்தவர். சங்கராபரணி (2001), நீரின்றி அமையாது உலகு (2003), நீலி (2005), எனது மதுக்குடுவை (2011), முள் கம்பிகளால் கூடு பின்னும் பறவை (2017), கடல் ஒரு நீலச்சொல் (2019) இவரது கவிதைத் தொகுப்புகள். விடுதலையை எழுதுதல் (2004), நம் தந்தையரைக் கொல்வதெப்படி (2009), வெட்டவெளி சிறை (2014), மர்லின் மன்றோக்கள் (2021) கட்டுரைத் தொகுப்புகளின் ஆசிரியர். பறத்தல் அதன் சுதந்திரம் (2001), அணங்கு (2004) கட்டுரை நூல்களின் தொகுப்பாசிரியர். மாலதி மைத்ரியின் படைப்புகள் ஆங்கிலம், மலையாளம், இந்தி, கன்னடம், கலீசியன், பிரெஞ்ச் மற்றும் ஜெர்மன் மொழிகளில் மொழிபெயர்க்கப்பட்டுள்ளன. சிறந்த கவிதைத் தொகுப்பிற்கான திருப்பூர் தமிழ்ச்சங்க விருதும், புதுவை அரசின் கம்பன் புகழ் விருதும் பெற்றுள்ளார்.

‘அணங்கு’ தமிழின் முதல் பெண்ணிய இதழ், முதல் பெண்ணியப் பதிப்பகத்தை உருவாக்கியவர். ஈழப்போரை நிறுத்த படைப்பாளிகளைத் திரட்டி தலைநகர் டெல்லி முற்றுகை போராட்டம், கூடங்குளம் அணுவுலைகளை மூட டெல்லி, தமிழ்நாடு, புதுச்சேரியில் போராட்டங்களை முன்னெடுத்தவர். பெண்ணியரசியல், சூழலரசியல், ஒடுக்கப்பட்டோருக்கான விடுதலை அரசியல், சமூகநீதி மற்றும் மனிதவுரிமைகள் களத்தில் இயங்கி வருபவர்.

பேய்மொழி

மாலதி மைத்ரி கவிதைகள்

தொகுப்பு

க. ஜவகர்

எதிர்
வெளியீடு

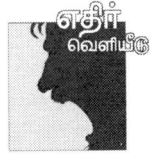

பேய் மொழி
மாலதி மைத்ரி கவிதைகள்

தொகுப்பு: க. ஜவகர்
முதல் பதிப்பு: ஜனவரி 2022

எதிர் வெளியீடு,
96, நியூ ஸ்கீம் ரோடு, பொள்ளாச்சி - 642 002
தொலைபேசி: 04259 - 226012, 99425 11302

விலை: ரூ. 450

Pei Mozhi
Malathi Maithri Kavithaikal

First Edition: January 2022

Published by
Ethir Veliyeedu, 96, New Scheme Road. Pollachi - 2
email: ethirveliyedu@gmail.com
www.ethirveliyedu.in

ISBN: 978-93-90811-77-9
Cover Design: Harisankar
Printed at Jothy Enterprises, Chennai.

Copyright © Malathi Maithri

All rights reserved. No part of this book may be reprinted or reproduced or utilised in any form or by any electronic, mechanical or other means, now known or hereafter invented, including Photocopying and recording, or in any information storage or retrieval system, without permission in writing from the Publisher.

மக்கள் கவி இன்குலாப் நினைவில்

தொகுப்பின் நிமித்தம்

கவிஞர் மாலதி மைத்ரியின் கவிதைகளுடனான எனது பயணம் கல்விப்புலம் சார்ந்த தளத்திலிருந்தும் சிறுபத்திரிகை சார்ந்த வாசிப்பு நிலையிலிருந்தும் தொடர்கிறது. முதுகலை ஆய்வுக்காக சங்கராபரணியையும் நீரின்றி அமையாது உலகையும் எடுத்திருந்தேன். கவிஞர் முல்லை ஆதவன் உற்சாகமாக வழிகாட்டினார். அப்போது புதுச்சேரியில் நேரில் சென்று அவரைச் சந்திக்கும் வாய்ப்பு உருவானது. சுயமரியாதையையும், சமத்துவமான தோழமையையும் மிக இயல்பாக முதல்முறையாக உணர்ந்தேன். பெண்விடுதலை, விளிம்புநிலை விடுதலை அரசியல் எனும் நிலைகளில் எழுத்து- கவிதை, இயக்கச் செயல்பாடு, அணங்கு பெண்ணிய இதழ்ப்பணி, அணங்கு பெண்ணியப் பதிப்பகம் எனப் பல தளங்களில் இன்றுவரை தொடரும் அவரின் இடையறாத, சமரசமற்ற செயல்பாடுகளைக் கண்டு வியக்கிறேன். வாசிப்புத் தளத்தில் என்னுடைய ஆக்கபூர்வமான சிந்தனை மாற்றத்திற்கு மாலதிமைத்ரியின் கவிதைகளுக்கு முக்கியமான இடம் உண்டு. தமிழ்ச்சூழலில் பெண்ணியத்தின் தவிர்க்கமுடியாத வரலாற்றுத்தேவை குறித்தும் மாலதி மைத்ரியின் கவிதைகள் முன்வைக்கும் பன்முக விடுதலைக்குரலின், கலக அழகியலுடன்கூடிய கவித்துவ இயங்கியலின் தனித்தன்மை குறித்தும் கோவை ஞானியும் நானும் விரிவாக உரையாடியிருக்கிறோம் பலமுறை. இனியான உலகை உய்விக்கும் மெய்யியலாகப் பெண்ணியம்தான் இருக்கமுடியும் என்று அவர் வலியுறுத்துவார்.

அரசியல் கவிதைக்கு அவசியம் இல்லை என்ற ஒரு மேட்டிமையிலிருந்து நீங்கி கவிதையின் அழகியலும் அரசியலும் பிரிக்க இயலாதவை என்பதை உணர்த்துகின்றன இத்தொகுப்பின் கவிதைகள்.

முப்பதாண்டுகளுக்கும் மேலாக எழுத்து, இயக்கம் எனத் தனித்துவமாய் இடையறாது இயங்கிவரும் மாலதி மைத்ரியின் ஆறு கவிதைத் தொகுதிகளையும் பேய் மொழியாய் ஒருசேரக் காணுகையில் தமிழ் நவீன கவிதையில் பெண்ணியம், பெண்மொழி, பெண் எழுத்து என்பவை ஆணாதிக்கத்தின்

வன்முறையை, அதன் நுண்ணதிகார அலகுகளைத் தகர்த்து தமக்கான விடுதலையைத் தாமே படைத்துக்கொள்ளும் தனித்துவ நிலையில் நிலைபேறாக்கம் அடைந்துள்ளதன் போக்கைத் தொடர்ச்சியாக உணர முடிகிறது.

தமிழ்க் கவிதையை ஆணாதிக்க அதிகாரபீடமாகக் கட்டிக்காத்தவர்கள் இந்தத் தீவிரமான பெண்ணிய எழுத்துக்களின் வருகையை எதிர்த்துத் தங்களின் ஆண் திமிர்த்தனத்தை நிறுவ முயன்றார்கள். அதையெல்லாம் தகர்த்து, உடைத்து பெண்ணிய வெளியை, பெண்மொழியை கவிதை, எழுத்துலகில் இன்று பெண் எழுத்தாளர்கள் நிலைநிறுத்தியுள்ளார்கள். அந்தப்போராட்டத்தை முன்னெடுத்து சாத்தியப்படுத்தியவர் கவிஞர் மாலதி மைத்ரி. எழுத்துலகில், பொதுவெளியில் என எங்கும் பெண்விடுதலைக்கு எதிரான ஆணாதிக்கத்தின் குரூரத்தை இன்றுவரை எவ்வித சமரசமுமின்றி களத்தில் நின்று எதிர்ப்பவராக தனித்துவமாக இருக்கிறார்.

மாலதி மைத்ரியின் கவிதைகளில் பெண்விடுதலை என்பது உடலரசியல், பாலரசியல் என்ற தளங்களில் மட்டுமல்லாது ஆணாதிக்கத்தின் எல்லாவிதமான வரலாற்றுக் கட்டமைப்புகளையும் தகர்ப்பு செய்து பெண்முதன்மையைக் கட்டமைக்கும் நிலையில் இயங்கி அனைத்துவிதமான விளிம்புநிலை விடுதலையையும் ஒருங்கிணைத்து மேற்கிளம்புதலில் தனித்துவமாகிறது. அந்நிலையில் இயற்கை வெளி, சூழலின் விடுதலை, தலித் விடுதலை, பழங்குடியின விடுதலை, திருநங்கை முதலிய பிற பாலினத்தாரின் விடுதலை என அனைத்துவிதமான விளிம்புநிலை அரசியலையும் மையமாக்குகின்றன இக்கவிதைகள். இவ்வகையில் மாலதி மைத்ரியின் கவிதைகள் பிற பெண் கவிஞர்களின் கவிதைகளில் இருந்து தனித்துவமாக வேறுபடுகின்றன. அதைப்போலவே பெண்விடுதலை அரசியலைக் கழிவிரக்கம் கோருதலாகவோ, சலுகை கோருதலாகவோ, இறைஞ்சி நிற்றலாகவோ ஒருபோதும் முன்வைக்காது கொண்டாட்டமாக, மகிழ்வாக, போராட்டமாக உருவமைப்பது இக்கவிதைகளின் வலிமையான தனிப்போக்காக அமைகிறது.

இக்கவிதைகளில் இடம்பெறும் பெண் படிமம், பெண்நிலை வீட்டினுள் முடங்காது காலத்தையும் பிறவெளிகளையும் ஆள்வதாக இயங்குகிறது. விடுதலை பெற்ற அந்தப்பெண்

தனக்கான உலகைத் தானே படைத்துக் கொள்கிறாள். அதில் தனக்கான வானத்தை, சூரியனை, கடவுளை, காட்டை, உயிர்களை உற்பத்தி செய்கிறாள். தாய், சேய் உறவும் கூட பெண்மையம் கொண்ட இயற்கையின் இயக்கமாக, பெண் அழகியலாகவே முன்வைக்கப்படுகிறது.

இரண்டாயிரமாண்டுத் தமிழ்க்கவிதை மரபின் நீட்சியில் ஔவையின் மகளாய், நீலியாய் உருக்கொள்ளும் பெண் தொன்மம் அதன் புதிய எதிர்ப்பு வடிவத்துடன் இணைந்து இருபத்தோராம் நூற்றாண்டில் ஆணாதிக்க நவீன நுண்ணதிகார அலகுகளைத் தகர்க்கும் பேய் மொழியாய், கொற்றவை வாசகமாய் உக்கிரம் கூடி இயங்குகிறது.

சமகால வாழ்வுக்கு, உலக அரசியலுக்கு, மின்னணு உலகிற்கு முகம்கொடுத்து எதிர்வினையாற்றுகின்றன இக்கவிதைகள். உலகமயம், பன்னாட்டு வணிக நிறுவனங்களின் வல்லாதிக்கம், நுகர்வுக் கலாச்சாரம், போர் அரசியல் இவைகளோடு சாதி, மதம் எனப்பல வன்கொடுமைகளால் சிதறுண்டு கலங்கிய சுயமற்ற நவீன அடிமை மனத்தின் வரைபடத்தையும் அதிலிருந்து விடுதலை பெறவேண்டிய தேவையையும் ஒருசேர முன்வைப்பனவாகவும் உள்ளன.

ஈழ நிலத்தின் தீராத் துயரம் குறித்த மிகக் காத்திரமான பல கவிதைகள் இத் தொகுப்பில் உள்ளன. இது தமிழக தமிழ்க் கவிதைகளில், குறிப்பாகப் பெண்ணிய எழுத்தில் குறிப்பிடத்தக்க தனித்துவமான ஒரு உணர்வுத் தளமாகும். ஈழத்தின் எழுத்துடனும், புலம்பெயர் கவிதைகளுடனும் மிக இயல்பாக கவித்துவ நேசமாய் இணைகின்றன இக்கவிதைகள். விடுதலைப் போரில் பெண்களின் நிலை மற்றும் இருப்பு பற்றி உள்ளார்ந்த கேள்விகளையும் இக்கவிதைகள் முன் வைக்கின்றன.

மழையும் ஆறும் கடலும் இயற்கை வெளியும் இக்கவிதைகளில் மிகுந்த உயிர்த்தன்மையுடன் இயங்குகின்றன. மரபான இயற்கை அழகு என்பதைக் கடந்து மாற்று அரசியல், எதிர்ப்பு, ஆண்மையம் கலைந்த உலகு என்ற தளத்தில் இக்கவிதைகளின் இயற்கை உருமாற்றம் பெறுகிறது. இயற்கை மயமாகும் கவித்துவம் உயிர்களின் வாதைகள் கடந்த ஒரு உலகைப் படைத்து மனிதக் குரூரங்களில் இருந்து வெளியேறும் கவிதை வெளியை நமக்குக் காட்டுகின்றன, அதன் வழியே மாற்று

உலகம் நோக்கிய மொழியை உருவாக்குகின்றன, அதனால் கனவும் நனவும் இணைந்த பெண்ணரசியல் வெளியாக இயற்கை மாற்றம் பெறுகிறது. இக்கவிதைகளின் அரசியல் அழகியலின் தொடர் இணைப்பாகவே இயற்கை, பெண் புனைவு என்பவை அமைகின்றன.

ஆணாதிக்கத்தின், ஆண்மையத்தின் எல்லாவித அதிகாரக் கட்டமைப்புகளையும் வேரோடு பிடுங்கி எறியும் பேய் மொழி நீலியின் மொழி, ஔவையின் மொழி, விளிம்பிலுள்ள அனைத்தின் விடுதலைக்கான குரலாக ஒலிக்கும் கவிமொழி. இது ஆண்மைய உலகைத் தலைகீழாக்கம் செய்கிறது, பெண்மைய மொழியின் சாத்தியங்களைக் கவிதையாக்குகிறது. இக்கவிதைகள் தமிழின் தற்காலக் கவிதைப் போக்கில் பல புதிய களங்களை உருவாக்கியவை, பல புதிய வெளிப்பாடுகளை அறிமுகப்படுத்தியவை.

தமிழின் தற்காலப் பெண் எழுத்தின் தயக்கங்களை உடைத்து, இயற்கைப் பெருவெளியெங்கும் விடுதலையின் விதைகளைத் தூவி புதிய உலகை உருவாக்கும் கவிதைகள் திசையெங்கும் ஔவையின் மொழியாய், பெண்மொழியாய், பேய்மொழியாய்ப் படர்கின்றன. நாம் அடைபட்ட உலகின் வலிகளையும், துயர்களையும் கடந்து, அதற்கும் அப்பால் அமைய உள்ள புதிய மொழிகளின் உருவங்களையும் அடையாளம் காட்டுகின்றன.

இத்தொகுப்பை உருவாக்க வாய்ப்பை வழங்கிய கவிஞர் மாலதி மைத்ரிக்கு அவர் கவிதைகளின் தொடர்ச்சியான வாசகன் என்ற முறையில் நன்றிகள். இத்தொகுப்பாக்கத்தில் உறுதுணையாய் இருந்த கவிஞர் பிரேமுக்கும் வெளியிடும் எதிர் வெளியீட்டிற்கும் நன்றிகள்.

க. ஜவகர்

மின்னலை முத்தமிடுதல்

படைப்பு மொழி விடுதலைக்கானது, வெளியேற்றத்திற்கானதென கவிதைக்குள் ஒரு பெண்ணாக நுழைந்தபோது அது ஆண்களின் மொழி, ஆண்களின் வெளி என்பதை அறிந்து வெளியேறியதால் உருவானது எனது பெண்ணிய மொழி, பெண்நிலை மொழி. சாதி, மதம், மொழி, மரபு, பண்பாடு அனைத்திலும் நுழைவதும் அவற்றைப் பயில்வதும் ஆணுக்கு அதிகாரமாக, அடையாளமாக படைப்புப் பெருமிதமாக அமைகிறது. ஆனால் பெண்ணுக்கு இவை அனைத்திலிருந்தும் வெளியேறுவதும் இவற்றைக் குலைப்பதிலிருந்தும்தான் படைப்பும் விடுதலையும் தொடங்குகிறது.

இந்த முரண்தான் பெண்ணெழுத்து, பெண்ணிலை, பெண்மொழி அனைத்தையும் அலைக்கழிக்கிறது. பதின் பருவத்தில் எழுதத் தொடங்கிய எனது தொடக்ககட்ட கவிதைகளுக்கும் பிறகு நான் உருவாக்கிய எழுத்துக்குமிடையிலான கால இடைவெளியில் எனது அலைச்சல் இதற்குள்தான் அமைந்தது. பெண்மொழியும் பேய்மொழியுமாக அமையும் கவிதை உலகத்தில் உருவாக்கமும் உருக்குலையுமாக தொடர்கிறது எனது படைப்பு. இத்தொகுப்பின் பக்கங்களில் எனது பெரும் தேடுதலும், அலைச்சலும், போராட்டமும், உருக்குலைவும், உருவாக்கமும், வீழ்ச்சியும், பறத்தலும் படர்ந்து கிடக்கிறது, ஒரு வகையில் இவை எனதுடையவை அல்ல முரண்படும் பெண்மையின், விடுபடும் பெண் நிலையின் நிகழ்வுகள். என் காலத்தின் எல்லா வலிகளுடனும், எதிர்காலத்திற்கான பெண்களின் கனவுகளுடனும் இயங்கும் என் கவிதையின் தொடக்கமே அரசியலாக அமைந்து விட்டதை எண்ணிப் பார்க்கிறேன். ஈழப் படுகொலைகளை எதிர்த்த ஊர்வலங்களில் கலந்து கொண்ட பொழுதுகளில் எனது இருப்பும் மொழியும் மாறிப் போனதை நினைத்துக் கொள்கிறேன்.

தமிழகத்தில் ஆண்மைய புனைவுகள் தமிழ் நவீனக் கவிதையைப் பெண்ணுடல் துய்ப்புக்கான வேட்டைப் பெருங்காடாய் மாற்றியிருத்த காலத்தில்தான் பெண்களின் மொழிவெளி பற்றிய தேடலும் தொடங்கியிருந்தது. பெண்மையின் இருப்பை, அடையாளங்களை மீட்டெடுக்கும்

கவிதைகள் எழுத்தாக்கப்பட்டன. அவற்றின் பறத்தலை விரித்து வேறு நிலப்பகுதிகள் நோக்கிச் செலுத்தவும், பேசப்படாதவற்றைக் பேசவும், மறைக்கப்பட்டவற்றைப் புலப்படுத்தவும் முயன்ற எனது கவிதைகள் என்னை எங்கெங்கோ கொண்டு சென்றன. என் முதல் கவிதைத் தொகுதி சங்கராபரணி வெளிவந்த போது இருந்த பெண் எழுத்துக் களத்திற்கும் இப்போதுள்ள பெண் எழுத்து, பெண்மொழிக் களங்களுக்கும் உள்ள வேறுபாட்டை, மாறுபாட்டை உணர்கிறேன். அந்த மாறுபாட்டை உருவாக்க எனது கவிதைகளும், அவற்றை உடைத்த வடிவங்களும் ஒரு பங்களிப்பைச் செய்திருக்கின்றன என்பதே எனது அடையாளமாகியிருப்பதையும் அறிகிறேன்.

பதினைந்தாண்டுகளுக்கு முன்பு நண்பர் தேனுகா அவர்கள் "நீரின் உருவம்" கவிதை கும்பகோணம் மாநகராட்சி மழைநீர் சேமிப்பு வாசகங்களாக ஊரெங்கும் எழுதப்பட்டிருக்கிறது என்ற தகவலைப் பகிர்ந்து கொண்டார், ஒரு கவிஞராக எனக்குள் உவப்பை உணர்ந்தேன். "நீருக்கடியில் வீடு" "குழந்தை யேசு" கடவுளைச் செய்பவள்" "வானத்தைக் கோர்ப்பவள்" கவிதைகள் வெளிவந்த பின் முகுந்த் நாகராஜன் போன்ற கவிஞர்கள் குழந்தைகள் உலகை காட்சிப்படுத்தும் தொகுப்புகளைக் கொண்டு வந்ததைக் கண்டு மகிழ்ச்சியடைந்தேன். இனப்படுகொலை அரசியல் குறித்த கவிதை "மாபலி விருந்து அழைப்பு" 2010 ஆனந்த விகடனில் வெளியாகி புலம்பெயர் இணையதளங்களில் தொடர்ந்து பகிரப்பட்டதுடன் தமிழகத்தில் ஆயிரக்கணக்கில் கைப்பிரசுரங்களாக தோழர்களால் பரப்பப்பட்டன. இந்தக் கவிதையின் தொடர்ச்சியை அனார் எழுதிய "மாபெரும் உணவு மேசை" கவிதையில் கண்டது ஊக்கமளித்தது. அக்கவிதை ஆங்கிலத்தில் மொழியாக்கமடைந்து மொழிகடந்து சென்றிருக்கிறது. தெய்வத் தொன்மத்தைக் கட்டவிழ்த்து நான் எழுதியிருந்த "விலக்கப்பட்ட குருதி -1" சுகிர்தராணியின் "பார்வதியின் மகள்" கவிதை வழியாக இன்னொரு தளத்தை அடைந்தது. தொல் மரபைக் கட்டவிழ்க்கும் "கெடுக சிந்தை கொடிது இவள் பணிவே" "கெடுக சிந்தை கடிது இவள் துணிவே" "புலி சேர்ந்து போகிய" போன்ற சங்கப் பாடல் வகைமாதிரிக் கவிதைகள் அளித்த புதிய வடிவம் சுகிர்தராணியின் "காமத்திப்பூ" தொகுப்பின் கவிதைகளாகி என் கவிதைக்குப் பெருமை சேர்த்துள்ளன.

பெண் ஆளுமையை, கொண்டாட்டத்தை, கனவின் வேட்கையை, அக புற உணர்வு வெளியை, உடல்வெளியை, உடலரசியலை பாலரசியலை, மொழியரசியலை, பெண்களின் வேறுபட்ட உலகை மொழிக்குள் புதிதாய்த் திறக்கும் கவிதைகளாலும் எதிர்க் கவிதைகளாலும் ஆன எனதுலகம் இன்று பலரின் எழுத்துகளால் விரிவடைந்திருக்கிறது. தொல்கவிதையில் புதைந்த பெண்ணுடலைக் கட்டவிழ்த்து மொழியில் மீளுருவாக்குதல், பெண்ணுடலை இழிவாக்கும் தொன்மைகளை, புராணங்களைக் கட்டறுத்து அவளுடலை விடுவிக்கும் வித்தைகளை நிகழ்த்தும் எனது கவிதைகள் இன்று எழுதத் தொடங்கும் பெண்களுக்கான புதிய வடிவத்தை அடையாளம் காட்டுகின்றன என்பதே எழுத்துக்கான பயனாக உணர்கிறேன். இதுவரை வெளிவந்த எனது கவிதைகளின் இத்தொகுப்பு எனது அரசியல் செயல்பாட்டின் ஒரு பகுதியாகவும், மொழியரசியலில் தனித்தும் இருப்பதை உணர முடிகிறது. இனி எழுத வேண்டிய புதிய வடிவங்கள் குறித்த தேடலும் தொடர்கிறது.

இருபது வயதில் திருச்சி கவிதைப்பட்டறையில் வாசிக்கக் கிடைத்த “மனுசங்கடா நாங்க மனுசங்கடா” கவிதை வழி அறிமுகமான இன்குலாப் என் அறத்தை இயக்கும் தீரா எரிபொருளாக. பதின்பருவத்தில் கவியாய் என்னை அடையாளப்படுத்திய பாவண்ணன், எதிர்வு சிவக்குமார் அருணா இணையர், ‘பயங்கர துணிச்சலான பெண் மாலதி நீங்கள்‘ என்று பேச்சைத் தொடங்கும் பிரபஞ்சன் ஆகியோர் நான் தமிழிலக்கிய உலகில் நுழையக் காரணமானவர்கள். அண்ணன் என்று நான் அழைக்கும் தகுதிக்குரிய ஊக்கமளிக்கும் ஆளுமை பொதினி வளவன். 2000-2010 வரை பெண் கவிஞர்களை ஒன்றிணைத்து இயங்கும் வெளியை உருவாக்க க்ருஷாங்கினியுடன் சேர்ந்து இயங்கிய பெரும்பொழுதுகள் முதிர்ந்த மரத்தின் காலவளையங்களாக மிளிர்பவை. 2002-லிருந்து அணங்கு பெண் கவிஞர்கள் கூடுகை நிகழ்வுகளை நடத்த பேருதவி நல்கிய இரா. மீனாட்சி. கவிதையின் மழைக்குரலை அடையாளம் காட்டிய கவிஞர் பிரம்மராஜன் வார்த்தைகளின் ஈரம் வேருக்கு நீர்பாய்ச்சியவை. இதழ்களில் வெளியான எனது கவிதைகளை வாசித்துவிட்டு ‘உங்கள் மொழியில் மிளிரும் பெண்ணியத் திமிர்தான் உங்களிடம் மிகப் பிடித்தமானவை‘ தொலைபேசியில் அழைத்து பேரூக்கமளித்த தோழர் கோவை

ஞானி. முதல் கவிதைத் தொகுப்பு சங்கராபரணியிலிருந்து எத்தனை வருடங்கள் கழித்து சந்தித்தாலும் பேசினாலும் தீராமதிப்பளிக்கும் ரவிசுப்ரமணியன் மற்றும் தளவாய் சுந்தரம். பறத்தல் அதன் சுதந்திரம் தொகுப்புக்காக மின்னஞ்சல் தொடர்பில் வந்து இன்றுவரை நான் சோர்ந்தபோதெல்லாம் எனது உருவ விரிவைக் காட்டும் கண்ணாடி ஆழியாள். கல்லூரி, பல்கலைக்கழகங்களில் எனது கவிதைகளைப் பாடத்திட்டத்தில் இணைத்து இளையோருக்கு பெண்ணியரசியல் பெண் எழுத்துக்கான புதுத்திறப்பை உருவாக்கிக் கற்பிக்கும் தமிழ்த்துறைப் பேராசிரியர்கள். சந்திப்புகளின் போது கவிதையின் காட்சிப் படிமங்களை நினைவூட்டி ஆச்சரியப்படுத்தும் சக கவிஞர்கள், வாசகர்கள், மாணவர்கள், ஆசிரியர்கள். செயற்பாட்டுக் களத்தில் அறிமுகமாகி தோழர்களாய் துணை நிற்கும் வறீத்தையா கான்ஸ்தந்தின், கல்பனா. சங்கராபரணி, நீரின்றி அமையாது உலகு, நீலி, எனது மதுக்குடுவை நான்கு கவிதைத் தொகுப்புகளை வெளியிட்ட காலச்சுவடு கண்ணன், எனது எழுத்துகளுக்கு ஓவிய உருவம் தரும் கிருஷ்ண பிரியா, நரேந்திரன், பெண் எழுத்தில் எனது இடம் பற்றித் தொடர்ந்து குறிப்பிடும் ஜமாலன், மாணவ வாசகராய் அறிமுகமாகி தமிழ் ஆய்வாளராய், பேராசிரியராய் வளர்ந்து பேய்மொழி கவிதைகளைத் தொகுப்பாக்கித் தந்திருக்கும் க. ஜவகரின் நட்பமைந்தது என் பெரும்பேறு. பேய்மொழித் தொகுப்பை அழகுற அச்சாகி அளிக்கும் எதிர் அனுஷின் தோழமையும் அன்பும் இணையற்றவை. இவர்கள் அனைவருக்கும் எனது பேரன்பும் நன்றியும் உரித்தாக்குகிறேன். கிரணம் கவிதைகள் வாசகக் கூட்டத்தில் அறிமுகமான நாளிலிருந்து கவித்துவத்தால் அறிவால் தர்க்கத்தால் அரசியலால் கவர்ந்து வாழ்துணையான பிரேம் எனது உயர்வை, மகிழ்வை, கோபத்தை, வலிகளைக் கரையாய்த் தாங்கும் நேசன். தமிழில் ஏன் பெமினிஸ்டுகள் பெமினிஸ்டு இயக்கமில்லை, உன் பெமினிசமெல்லாம் அவுட்டேட்டம்மா, ரேடிக்கலா அப்டேட் ஆகுமா என்று தாய்க்குக் கற்பிக்கும் மகளாய் நிற்கும் தாபிதா மைத்ரி... கடந்த இருபதாண்டுகளில் வெளிவந்த எனது கவிதைகளின் தொகுப்பு உங்கள் கைகளில்...

மாலதி மைத்ரி

சங்கராபரணி

வேறுமழை

நினைத்த பொழுதெலாம் வரும் மழை
வேண்டும் பொழுதெலாம் கிடைக்கும் மழை
சோர்ந்த பொழுதெலாம் பெய்யும் மழை
மகிழ்ந்த பொழுதெலாம் கொட்டும் மழை
மனம் அறியும் மழை
உணரும் மனம் மழை.

கொக்கைக் கவனித்துக்கொண்டேயிரு

தன் நினைவில் மீன்கள் நீந்த
நீரற்ற நதிக்கரையில்
காத்திருக்கிறது கொக்கு
தன் உருவத்தைத் தேடி
அலைந்தபடி மறையும் நிலா
பசி கொண்டு தரையைப் பிறாண்டி
சுருளும் வேர்கள்

வலிகளைப் பெருக்கிக்கொண்டிருக்கும்
காற்று எல்லாத் திசையிலும்
அனலை வாரியிறைத்தபடி
மணலென நொறுங்கும் மனம்
புழுதியாய்ச் சுழலும்

துளைகளின் வழியே
சீற்றமும் நெருப்புமாய்
பொங்கி வழிவது
பூமி மட்டுமல்ல

அனைத்து வெப்பத்தையும்
உள்வாங்கிக் கொதித்துக்கொண்டிருக்கிறது
கொக்கு

தன் நினைவில் சுழித்தோடும்
நீரில் மூழ்கி
சிறகுகளை உதறினால்
வெளியில் தெறிக்கும் திவலைகளால்
தன்னை உருத்திரட்டி
மீண்டும்
எழுந்து நடக்கலாம்
நதி

கொக்கைக் கவனித்துக் கொண்டேயிரு.

சுழல்

அடைமழை ஓய்ந்தவேளை
தெருவோர முறிந்த முருங்கைக் கிளையில்
நனைந்த சிறகை
சிக்கெடுக்கும் சிட்டுக்குருவி
ஆற்றில் வெள்ளம்
அறைக்குள் கரையுடைந்த நான்

சீதளம் காக்கும் என் விழிக்குள்
சுடரும் பிம்பத்தை
இல்லை இல்லை
எனக்குள் அலையும் அவளுருவ
விழிக்குள் மிதக்கும் என்னையும்
எனக்குள் சுழலும் அவளையும்
எதற்குள்ளும்
நுழைந்து விழுந்து அடைந்து நிரம்பி
நுரைத்துப் பொங்கிப் பாய்ந்துத்
தளும்பிக் கிடக்கும்
எம்மை எங்கே எதிலிருந்து மீட்பதெனத் தெரியாமல்
மீண்டும்
பேய் மழையாட்டம்
பூமிக்கும் வானுக்குமென

அறை மிதந்து செல்கிறது.

அம்மா ஆடு

சில நேரங்களில் இப்படி நேர்ந்து விடுகிறது
பல மைல்கள் நடந்து வீடு சேர
ஊரற்ற பாதையில்
கசங்கிய துணிக் குவியல் போல
நடந்து கொண்டிருக்கிறேன்

தூரத்தில் நடுங்கும் மலைத்தொடரென
முந்திரித் தோப்பு
பழத்துள் ஒளிந்திருந்த காற்று
ஆரவாரத்துடன் சுழற்றியடிக்கிறது

உதிர்ந்த வண்ணத்துப்பூச்சிச் சிறகுகளென
என் பாதை எங்கும் இதழ்களைக் கொட்டிவிட்டு
களைப்புடன் தீக்கொன்றை

சிறுசிறு மழைத்துளி பெருகி
காலடியில் குழைந்தோடும்
செம்மண் பாதை
ஒதுங்க தலைசாய்த்து அழைக்கிறது
சடசடக்கும் வேம்பு

மரமோடு மரமாகக் கால்களைப் பரப்பி
பார்வை வெறிக்க வயிறு புடைத்து ஒடுங்க

பெருமூச்சுடன் கறுத்த ஆடு
உறுப்பிலிருந்து கர்ப்பத்திரவம்
மாலை ஒளியில் மின்னும்
பரிதி உடைந்த மஞ்சள் அருவியாய்
வெளி அதிர ஒரு நீண்ட கதறலில்
விழித்த என் மடியில்
இரத்தமும் சவ்வும் பூசிய புது சிசு
அதன் முகம் துடைக்க கண்விழித்து
என் முகம் பார்த்து அம்மா என்றது
உடல் விடைத்து துள்ளித் தாவி மறைந்தது
முந்திரிக் காட்டுக்குள்
யார் அம்மா
ஏன் என்னை விட்டுப் பிரிந்தது
கறுத்த ஆட்டுடன்.

சங்கராபரணி

அத்தையுடன் ஆற்றுக்கு காலையில்
மலம் கழிக்கப் போகையில்
கால்கள் கெஞ்சும் ஈரம் நனைக்க
இறுகித் துவளும் என் உடலை
வீடு சேர்ப்பாள்

வாழா மகளாய்த் திரும்பிய அத்தைக்கு
திக்குத் தெரியாமல் தொலைந்துபோன
தோழிகளுக்கு ஈடான தோழியானேன்
துணிதுவைக்க குளிக்க கும்மாளமிட
பெண்டுகளின் கண்ணீர்தான்
ஆறாய் ஓடுதென்பாள்
அத்தையில்லாத புதுவெள்ள ஆற்றில்
திருட்டுக்குளியல்
ஓடிவரும் நீரோட்டத்தில்
பாய்ந்து விழுந்து எழுகிறேன்
காலடியில் வெண்ணெய் மணல் சரிய
சிறு கூழாங்கல்லாய் நழுவுகிறேன்
இருண்ட நீராழத்தின் மறுகரை நோக்கி

மொட்டை துளிர்த்த மயிர் பற்றி
சுழலிலிருந்து இழுத்துப் போட்டனர்
சாணி பொறுக்கும் வச்சலா அக்காவும்
சரளா அக்காவும்
கவுனைக் கழற்றி உலர்த்தி
சுட்டமீனும் மரவள்ளியும் மாங்காயும் ஊட்டி
வீட்டுக்கு அனுப்பி
தலைமேல் சத்தியமிட்டுச் சங்கதியை
காப்பாற்றினார்கள்
அதன் பிறகு தவளைப் பாய்ச்சலும்
காக்காய் நீச்சலும்
ஒரு கரையில் மூழ்கி மறுகரையில் எழும்பி
குடையென நீரில் மிதந்து விரிந்தது உலகம்
விலாங்கு மீனென பாம்பைப் பிடித்து
சிரித்த பொழுதுகள்

மலையென நிமிர்ந்த மணல் மேடுகளில்
பாதங்கள் புதையச் சரிந்து உருண்டு
நீரில் மூழ்கித் திளைத்த உடல்

என்றோ வெள்ளம் கொண்ட கோயிலின்
மூழ்கா மொட்டைக் கோபுர உச்சியிலிருந்து
மடுவுக்குள் தாவும் உயிர்
அணுவணுவாக நீர்குடித்து
ஆகாயத்தாமரையென உடல் மிதப்பில்
பெருகும் கரையற்ற விழிவானம்
இன்று அது சவுக்குக் காடாய்
நாக்கு கிழிக்கும் கரட்டுப் புல்லாய்
தேங்கிய குட்டையாய்

ஆற்றின் ஏற்ற இறக்கத்தோடு
மனமும் உடலும்.

யானைக் கதை

முன்பு ஒரு நாள் தன் அம்மா சொன்ன
கதைக்குள் இருந்த யானை ஒன்றை
என் அம்மா எனக்குப் பரிசாகக் கொடுத்தாள்

வெகு காலம் கழித்து வெயில் தாளாமல்
யானையுடன் கடலுக்குச் சென்றேன்

மலை மலையாய் அலையெழும்பி
நீருக்குள் புதைத்துப் புரட்டி
கிண்டிக் கிளறி வெளியே என்னைத்
தூக்கி எறிந்தது கடல்
கரைந்து மீந்த பாதித் தும்பிக்கையுடன்

கடலும் வானமும் ஒன்றாகக் கலந்து பிளிறியது
சோகத்துடன் திரும்பினேன்
ஊரே கூடி என்னை வேடிக்கைப் பொருளெனப் பார்க்க
குழம்பி பின் திரும்பினேன்
தெருவெல்லாம் அலையலையாய் என் பின்னே
தொடர்ந்து வர
கடலில் கரைந்த ஒற்றை யானைக்கு
ஓராயிரம் தும்பிக்கைகளென
என் மகள் ஊருக்கெல்லாம்
ஒரு கதை சொல்லிச் செல்கிறாள்.

கூப்பிடும் தூரத்தில் உனது தீவு

மேகம் கவியும் கரையோர
மாலை நேரத்தில் என் முன்னே
நடந்து செல்கிறாய்
உனது இடது கை
வீசி அசைய
அசையா வலது கைக்கு
உனது கருப்பு நிறத்துக்கு ஒத்துவர
கபில நிறத்தில்
வண்ணம் அடித்துள்ளாய்

சிறு செடி நட
என்னை வாரி அணைக்க
நமக்கான சில வரிகளை எழுத
வேறு என்ன கனவு உண்டு
வீழ்த்தப்பட்ட
அந்த ஒற்றைக் கைக்கு

அங்கிருந்து இங்கு நீ கொண்டு வந்த
உனது ஒரு பிடி தாய்மண்ணை
எனது கனவுகளில் கொட்டிப்பரப்பி
உனது அடையாளத்தைச் சீய்க்கும்
அகதி வாழ்க்கை

கூப்பிடும் தூரத்தில் உனது தீவு.

காலத்தின் ஏழு முகங்கள்

இரவுகள் பல உறக்கம் மறந்தன
கனவுக்குள்ளும் தேடி அலைந்தபடி
எப்படி நேர்ந்தது அது
எனக்குள் உயிர்த்திருந்ததை
தொலைத்துவிட்டேன்
காணாமல் மறைந்து போனது
எப்பொழுது நிகழ்ந்தது
மறதி வலையெனப் பிணைத்து சுவாசத்தை
இறுக்கி மூர்ச்சையாக்குகிறது

சுருக்குப் பையில் அல்லது எனது சிறிய
கடவாப் பெட்டியில் எப்போதுமிருக்கும்
ஏழுவண்ணக் கூழங்கற்கள் ஏழாங்காய் ஆட
காலத்தின் ஏழு முகங்களுடன் ஆடிக்கொண்டிருந்தோம்
பல ஆண்டுகளாகச் சேர்த்தது
வெள்ளம் வடிந்தபின் பல வண்ண வடிவக்கற்களைப்
பொறுக்கிச் சேகரிப்போம்

தூரத்திலுள்ள மலைகளை அடையாளம் வைத்து
வண்ணவண்ணப் பாறைத்துண்டுகளுடனும் கற்களுடனும்
எனது புதையல் உலகம் சுழன்றுகொண்டிருந்தது
கற்களும் தோழிகளுமே காலமாய் இருந்தார்கள்

சுற்றிலும் கற்கள் எழும்பி முகமாய் முறைக்கிறது
இதற்குள் எங்கோதான் எனது கற்களும்
ஒளிந்து கொண்டிருக்கலாம்
களவாடப்பட்டிருக்கலாம்

எனது வீட்டை நொறுக்குகிறேன் காணவில்லை
அடுத்த வீட்டை தெருவை ஊரை நகரை நொறுக்கி
கடலுக்குள் ஊதுகிறேன்

கடல் கரைசேர்க்கும் எனது கற்களை.

மீன்காரி

காட்டுக் குதிரையென பறப்பாள்
தினமும் முப்பது மைல்களாவது
தலைச்சுமையுடன்
மழை வெயிலில்
சிதறாப் பனைபோல
மீன் விற்று திரும்புகையில்
கூடையில் சிரித்துக் கொண்டிருக்கும்
(ரொம்ப சிரிச்சா புளிப்பேறிவிடும்)
ஒரு மொந்தைக் கள்
ஆனாலும்
சுளகில் மறைந்திருக்கும்
ஒரு கொடுவாக்கத்தி.

காட்டுப் பாதை

பலமுறை வந்து பழகிய
வழி என்றாலும் ஒவ்வொரு முறையும்
பாதை தவறி விடுகிறேன் - இக்காட்டில்
பல தடங்கள் மறைந்தும்
புதுப் பாதைகள் முளைத்தும்
ஒரு கிளை தழைத்து
உன் பாதை மறிக்கப்படுமானால்
ஓர் இலையைக்கூட கிள்ளாமல்
கவனமாக
வேறு திசை நோக்கித் திரும்பி விடுகிறாய்
பெயர் தெரியாத காட்டுமரங்களுக்கு மத்தியில்
ஒற்றைக் குட்டைப் பனைமரம்தான்
அடையாளம் என்றாலும்
அதுவும் பாதி வழிவரைதான்
மீதி வழியின் வரைபடம்
உன்னிடம்தான் உள்ளது
அல்லது
(நமக்குத் தெரியாமல் காட்டுத் தேவதைகள்
நம் பாதைச்சரடை
வழிமறித்துக் கலைத்து விளையாடுகின்றனவா)
மிருகங்கள் நடந்து நடந்து
புதியத் தடங்களை உண்டாக்கி
உனது வரைபடத்தைக் குழப்பி
விளையாடுகின்றன

நினைவின் நூல் முடிச்சுகளை
அவிழ்த்து ஒவ்வொரு முனையாகப் பற்றி
சுழன்று கொண்டிருக்கிறேன்
எப்படியானாலும்
கடைசியில் மறு நுனியைப் பற்றி
உன்னை நோக்கி இழுத்துக் கொள்கிறாய்
மீண்டும் மீண்டும்
இதே குழப்பங்களும் சிக்கல்களும்
உன்னைத் தேடி வரும்போது
என் பெயர் சொல்லி அழைக்கும்

ஒலிகேட்டுத் திரும்பினால்
அது பறவையின் ஓசையாகவோ
விலங்கின் சப்தமாகவோ மீந்து
என்னை நகைக்கிறது.

என் விழிப்பில் பச்சைச் சூரியன்

கனவில் நீயும் நானும்
பரந்த பாழ்வெளியில் நடந்து கொண்டிருக்கிறோம்
மட்கிய கிளைகளும் பாறைச் சில்லுகளும்
உனது வெறும் பாதங்களைக் கிழிக்க
வழியும் திரவம் மண் நனைத்து
பாத்த தடத்தில் துளிர்க்கும்
பசும் தளிர் கண்டு அதிசயித்து நிற்கிறேன்

உனது கால்கள் வளர்ந்து
வெள்ளமாய்ப் பெருக்கெடுத்து
பாழ் முழுதும் பாய்கிறாய்
என் விழிப்பரப்பில் சுடரும்
பசும் பேரொளி வான்வெளி மறைக்கும்
பூமி பெய்யும் பசும் மழையென
சுற்றிலும் வனம் தழைத்து எழும்புகிறது

நீ இல்லாத கானகப் பச்சையுள்
பூமி நனைத்த உன் தனித்த உருவம் தேடி
அலைகிறேன்
என் பார்வைக் கிடைக்கோட்டில்
காலைச் சூரியன் பசும்புதராய்.

வார்த்தையின் வாடை

பலவிதமான ஆண்டுகளுக்குப் பிறகு
உன் நினைவுகள் கரைந்து கொண்டிருக்கும்
மாலைப் பொழுதில் பிரதான சாலைத் திருப்பத்தில்
எதிர் கொள்ளல்

நம் பார்வைகள் தடுமாறி திசைகுலைய
நிலை மறந்து ஓடி
கடக்கும் பாதையில்
உனது உடம்பின் வாடை
பின்தொடர நூலகம் அடைகிறேன்
புத்தக அடுக்கில் விரல்கள் நடுங்கி
பதறும் கண்களால்
சரிந்து சிதறும் நூல்கள்
ஓடிவந்து நீ பொறுக்கி அடுக்க
கையில் கிடைத்ததை அள்ளி எடுத்து
ஓரமாக இருக்கும் இருக்கையில்
அமர்கிறேன் படிக்கும் பாவனையோடு
உன்னைத் தவிர்க்கும் நோக்கில்
சிறிது காலம் தாழ்த்தி நீயும்

ஒரு புத்தகத்துடன் வந்து என் எதிரே அமர
யார் முதலில் பேசத்தொடங்குவது
எத்தனிப்பில் கழியும் காலம்
ஆனாலும் நீ பேசினாலும் உன்னிடம்
நான் பேசிவிடமாட்டேன்

மூடிய நூலகத்தின் வாயிலில் நிற்கும்
விழிகளை முதுகில் சுமந்தபடி
என் இருப்பிடம் மீள்கிறேன்
இருள் அப்பி மூடிய அறைக்குள்
கதறும் மௌனம்
நீயும் இப்பொழுது...

நூலகம் எரிந்து கொண்டிருக்கிறது
கோடானுகோடி அலறல்கள்
அடைபட்ட உள்ளிலிருந்து.

மனக்கடல்

ஆமை தன்முட்டைகளைக் கடற்கரையில்
புதைப்பது போல
கனவுகளைக் காக்கிறேன்
எக்கணமும் தன் கரைகளைப்
புதுப்பிக்கும் நினைவில் கடல்
மூழ்கிவிட்ட மரக்கலம்
ஆழத்தில் சிதைவும் உருக்குலைவும்
வண்ணங்களின் அடையாளங்களை மீறி
யூகங்களுக்கு அப்பால்
நிறத் தோற்றங்களுடன் நீர் வெளி
கருக்கொண்ட மேகமென
கவிந்த இருளுக்குள் நிலம்
கடலின் ஆழ்வெளியில் மலைச்சிகரங்கள் மீது
ஆமைக் குஞ்சுகள் விளையாடும்.

மழை போகும் பாதை

நேற்று இரவில் பெய்த மழையில்
நனைந்த வார்த்தைகள் பெருகி
ஈரம் கசிந்து நிரம்பிய மொழி
உன் பாதையைக் கடந்து செல்கிறது
எப்போதும் போலவே
அனைத்துச் சாத்தியங்களுடனும்

அது
உன் கதைகளைத் தன் போக்கில்
கரைத்துச் செல்கிறது
எப்போதும் போலவே

அது
உன் பாதையைக் கடந்து செல்கிறது
எப்போதும் போலவே
அனைத்துச் சாத்தியங்களுடனும்

அது
உன் கதைகளைத் தன் போக்கில்
புதைத்துச் செல்கிறது
எப்போதும் போலவே

உன்னையும் என்னையும்
கரைத்த மழை
உன்னையும் என்னையும்
புதைத்த மழை
நேற்று பெய்தது

அது
உன் பாதையைக் கடந்து செல்கிறது
எப்போதும் போலவே
அனைத்துச் சாத்தியங்களுடனும்.

மறைமுக அரங்கம்

அகில உலக நாடகக் குழுவுக்கு
நடிக்க ஆர்வம் உள்ள பெண்கள்
விண்ணப்பிக்கவும்

கல்வித் தகுதி
அவரவர் வட்டாரவழக்கில் வசைகளை
நயத்தோடு பேசினால் போதும்
உடல் தகுதி
தேவையில்லை
பயிற்சிக்களம்
அவரவர் வாழிடம் சார்ந்தது
ஒத்திகை
பொழுது போகவில்லை என்றால்
உங்களுக்கு வழங்கப்பட்ட பாத்திரத்தை
கற்பனையில் நடித்துப் பார்த்துக் கொண்டிருக்கலாம்
சில சமயங்களில் வசனம் மட்டுமே
போதுமானதாக இருக்கலாம்
சில நேரங்களில் உங்கள்
உடல்மொழியும் தேவைப்படலாம்
காலம்
24 மணிநேரமும்
அரங்கம்
உங்கள் இல்லம் பொது இடங்கள்
வேலைபார்க்கும் இடம் இப்படி

நீங்கள் இருக்கும் சூழல்
நாடகம்
உடலளவிலோ மன அளவிலோ
நீங்கள் வன்முறையைச் சந்திக்கும்போது

காட்சி – 1

உங்கள் வட்டார வழக்கில்
பேசிக்கொண்டோ அல்லது

பேசாமலோ அல்லது நீங்கள்
அழுதுகொண்டிருந்தாலும் கையை
சாதாரணமாக நீட்டி
தொடைகளுக்கு மத்தியில் வைத்து
வலு கொண்ட மட்டும் அவன்
விதைகளைப் பிடித்து இழுங்கள்

காட்சி – 2

உங்கள் காலடியில் மல்லாந்து துடிக்க
திரை விழுகிறது.

உடலுக்குள் ஒரு காடு

வார்த்தைகள் உரசி
பற்றும் மொழிக்காடு
காற்றின் ஓலம் மூங்கில் வழியே
வெடித்து எழ
கதறி அடங்கும் விலங்குகள்
சிறகுகள் பொசுங்க வட்டமிடும் ஆற்றாமை

நினைவில் மீந்த சாம்பலில்
துளி நெருப்பை ஊதி ஊதி
பாதுகாக்கும் காலம்

குவிந்த சாம்பலில்
பெய்யும் மழையில்
சிறு வார்த்தை முளைக்க
தழைக்கும் பச்சை
வெளி நிறைக்க
கிளையில் கூடுகட்டும் பறவைகள்
இங்கும் அங்கும்
தடங்களைப் பதித்தபடி
மனசெல்லாம் அலையும் மிருகங்கள்

பின் இரவில் கரைந்து
சாம்பலாய் வழியும் நிலவின்
பிறிதொரு மனம்.

வார்த்தைகளால் என்ன செய்வீர்

துண்டிக்கப்பட்ட நாக்குகளை
சேகரித்துக் கொண்டிருக்கிறேன்
நம் அனைவரின் கல்லறையிலிருந்தும்
முற்றுப்பெறாத பேசப்படாத நினைக்கப்படாத
வார்த்தைகளைக் கோர்க்க
சேகரித்துக் கொண்டிருக்கிறேன்

மௌன வாக்கியம்
அது உன்மேல் அன்பு செலுத்தலாம்
அரவணைக்கலாம் நட்பு பாராட்டலாம்
அதிகாரம் செலுத்தலாம் கோபமூட்டலாம்
உரிமை கோரலாம் கொல்லலாம்
பகை கொள்ளலாம் நாடகமாடலாம்
பழி தீர்க்கலாம் மரியாதை செலுத்தலாம்
அடிமையாக்கலாம்
அல்லது
இவை அனைத்துமாகவும் இருக்கலாமவை
நீ விரும்பியோ விரும்பாமலோ
உனது புலன்களைச் சூழ்ந்து கொண்டிருக்கின்றன

தேர்ந்தெடுக்கலாம்
இதிலிருந்து உனக்கான வாக்கியத்தை
உனது மரணத்தை உயிர்ப்பை மீட்பை
உடன் நிகழ்த்த அல்லது ஒத்திப்போட

பாலித்தீன் பைபையாய் நாக்குகள்
அடுக்குகளில் புத்தகங்கள்
எனது கல்லறை உள்ளறைக்குள்.

அகதி

சடைவிழுந்த கூந்தல் காற்றில்
பாம்புகளென நெளிய
தனது உடைந்த காரைப் பற்கள்
தெரியச் சிரிக்கிறாள்
போவோர் வருவோரைப் பார்த்து
தார்ச்சாலை புளியமரத்தடியில்

உடல் முழுவதும் ஆடையாக
பாலித்தீன் பைகளை உடுத்தி
கம்பீரமாய் அலைகிறாள்
அவள் பாதை முழுதும் பைகள் உரசும்
சப்தம் தொடர்ந்து வர
யாரிடமும் அவள் கையேந்துவதில்லை
எல்லாத் தழைகளையும் அப்படியே
ஒடித்துத் தின்றபடி
ஊர் முழுவதும் பாலித்தீன்களை
பொறுக்கித் திரிகிறாள்

மூட்டை மூட்டையாகப் புளியமரத்தடியில்
தனது உடமைகளை அடுக்குகிறாள்
மரக்கிளைகளில் தோரணமாக
கட்டித் தொங்கவிடப்பட்ட பைகள்

யாரையோ வரவேற்க அல்லது
ஏதோ ஒரு வெற்றியைக் கொண்டாட
காற்றில் அலைந்து கொண்டிருக்கின்றன

நல்ல வெயில் காயும்பொழுது
தார்ச்சாலையில் உட்கார்ந்து
குச்சியில் தார் எடுத்து
பைகளை ஒட்டி ஒட்டி
புதிய புதிய ஆடைகளைச் செய்து
கணக்கில்லாமல் அணிகிறாள்
எப்பொழுதும் ஒரு பூதாகரமான தோற்றத்துடனே
அலையும் அவளை நெருங்க ஒருவராலும்
முடிந்ததில்லை

எங்கிருந்து வந்தாள்
யாரிவள்
ஒருவருக்கும் தெரியாது
பட்டாசு சத்தம் கேட்டால்
புளியமரத்தின் வேர்களுக்குள் பதுங்கிக்கொண்டு
அழுது கதறுகிறாள்.

குழந்தை யேசு

யேசுவின் குருதி வலியாய்ச் சூழ்கிறது
கைகளை நீட்டி ஒற்றைக்காலில் நின்று
சுவரில் சாய்ந்து தலை ஒடித்து
சிலையாய் எழுகிறது துயரம்

ரப்பர் பொம்மையை மார்பில்
அணைக்கக் கொடுத்து
கன்னி மேரியெனச் சொல்ல
தவித்துச் சலித்து
யேசுவை மடியிலிருத்திப் பாலூட்டுகிறாள்
மலம் கழித்தக் குழந்தையை
கால் கழுவித் துடைத்து
உடைமாற்றிச் செல்லம் கொஞ்சி
சண்டி பண்ணும் பயலை
மடியில் கவிழ்த்துப் போட்டு
புட்டத்தில் அடி கொடுக்கிறாள்

யேசு ஏன் அழுகிறான்
கேள்வியைச் சிலுவையாய் சுமந்து அலைகிறாள்.

தெய்வ உடல்

அத்தி பூக்கக் காத்திருந்தேன்
கண்விழித்து
பௌர்ணமி மரத்தடியில்
விடியலில் நான் பூத்திருந்தேன்

தலைகீழ் விருட்சமாக
உடல் தழைத்து கிளைப்பரப்பி
வேர்கள் மேகத்தை உறிஞ்சி ஜீவிக்கின்றன
கிளைகளை வேகமாக அசைக்கும்
காற்றின் குறுகுறுப்பில்
இலைகள் ஆடுகின்றன
பறவைகளும் மிருகங்களும்
தாவிக் குதித்து ஏறி இறங்கி
விளையாடிக் கொண்டிருக்கின்றன
வலியும் கூச்சமும் பொறுக்காமல்
கத்தியபடி விழிக்கிறேன்

எலி கீறிய காலில் குருதி கசிகிறது
கரப்பான் எகிறிப் பறக்கிறது
முதுகில் நடந்து சென்ற புலியின் சுவடுகளை
எப்படிப் பார்ப்பது

வீட்டுக்குள்ளிருந்து அம்மாவின் குரல்
'என்ன பாப்பா'
'இப்பத்தான் தனியா படுக்கிறாள்
மாசாமாசம் பழகிடும்' என்றாள் ஆயா

இருளில் கரைந்து கொண்டிருக்கிறது
பஞ்சபூத உடல்.

பாம்புகளுடன் சில பொழுதுகள்

எல்லோருக்கும் பாம்புகளைப் பற்றி
எழுத இருக்கிறது

வெட்டிய குழிக்குள் சிக்கிய
சிறு நாகத்துடன் தத்தி நடக்கையில்
விளையாடிக்கொண்டிருந்தேன்
மழைவிட்ட மதிய வேளையில்
தன் குட்டிகளுடன் வீடுபுகும்
மாரியாத்தாக்களை உப்பு தெளித்து விரட்டுவோம்
ஒருநாள் காலையில்
அரவமற்ற புற்றருகில்
தங்கையுடன் மலம் கழிக்க
பொந்திலிருந்து நிமிர்ந்து நின்று கவனித்தது
எலிவளைக்குள் நுழைந்த ஒன்றை
அடைத்துத் தீவைத்துக் கொளுத்த
சீற்றத்துடன் பறந்து மறைந்தது
அதன் பழிதீர்ப்பிற்குப் பயந்து
பல நாட்கள் வீடு திரும்பவில்லை
போரிலிருந்து செத்தையைப் பிடுங்க
புளியமரத்துக்குத் தாவிய
கொம்பேறி மூக்கன்
ஆற்றில் மீன் பிடிக்கையில் கையில்
சிக்கிய நொள்ளகட்டை
ஈச்சம் பழ நாட்களில்
புதரிலிருந்து மல்லுக்கு வரும்
ஓலப்பாம்பு
பள்ளிக்குளத்தில் எப்பொழுதும்
படிக்கட்டுகளில் தவமிருக்கும்
தண்ணீர்ச் சாரைகள்
சிறு கல்லுக்குப் பயந்து
நீருக்குள் பதுங்கும்
உறக்கத்தில் துரத்தும்
கண்ணாடி விரியன்
வித விதமாக இப்பொழுதும்

குறுக்கும் நெடுக்குமாகக்
கடக்கின்றன என்னை

பாம்பு
என்ற சொல் என்னுள்
விதைக்க வேர்விட்டுக் கிளைத்து
உடல் சிலிர்த்தும் பனிவிருட்சம்
மகுடியாய் வசீகரிக்கத் தோலுரியும் நான்.

கதவு தட்டும் வேதாளம்

ஒவ்வொரு காலையும்
வெவ்வேறு நாள் என்றாலும்
வேலையற்ற வேலையின் சுமையை
என் மேல் இறக்கி விட்டு நழுவுகிறது

கணம் கூடக்கூட சுமையும் கூடி
உடல் அசைவற்று இறுகத் தொடங்கும்
பொதி சுமக்கும் கழுதையாய்
பகல் முழுதும் என் உடலையும் சேர்த்து
இழுத்துக் கொண்டு அலைகிறது

மரம் வெட்டப்பட்ட பின்பும்
வெற்றிடத்தை அறியாத
வேர்களின் பாரத்துடன் கிடக்கிறேன்
இருள் ஒரு கூடை போல்
கவியத் தொடங்கியதும் சரசரவென்று
இறங்கி மறைந்து விடுகிறது
இருட்டின் ஆசுவாசத்தில் சற்று
கண் அயர்ந்து இளைப்பாறும் மனம்

மறுநாள் காலையை அழைத்து வந்து
கதவு தட்டும் வேதாளம்.

கனவில் நடந்து கனவைக் கடந்து

எதிர்த்திசை மலை அடிவானம்
பிரசவித்த பெண்ணெனச் சரிந்துக் கிடந்தது
கடலில் குளித்து
என் ஈர அடி பின்தொடர
மணலில் நடக்கிறேன்
தென்னைகளுக்கிடையில் ஒளித் தூளிகள்
அசைந்து கொண்டிருக்கின்றன

இருளைக் காலில் பூசி
வந்து சேர்கிறேன்
பற்றும் ஒளியில்
சுடரும் எனக்கான மூடுண்ட வெளி
முன்பே தயாரிக்கப்பட்ட
கொஞ்சம் உணவும்
சிறிது மதுவுடனும்
களித்துறங்கும் அறை

பூனையின் அலறலெனெ
இருளைக் குதறும் பெண்ணின் ஓலம்
அலைந்து கொண்டிருக்கிறது
ஒரு கணம் நீயும் பூனையாகி விட்டால்
நெடிதுயர்ந்த மதில்களைத் தாவித் தாவிக்
கடந்து விடலாம்
சுலபமாக ஒரு கனவைக் கடப்பது போல்.

விளிம்பிலிருந்து நழுவி

காலமற்ற என் உடலுக்குள்
ஒரு குமிழிலிருந்து
நீ பேருருவாய்த் திரண்டபொழுது
பாறைகளின் வயதைக் கணிக்கும் ஆய்வுக்காக
பாறைவெளியைத் தேடி பயணித்துக்
கொண்டிருந்தேன்

முடிவற்ற பயணத்தினூடாக
நான் அடைந்த வறண்ட பாறைநிலம்
கண்கூசும் பரந்தவெளி
மேகமற்ற வானத்தின் கீழே
ஒற்றை நிழலுக்காய் பாதங்கள்
கொப்பளிக்க அலைகிறேன்

பாறை குன்றுகளுக்கிடையில் பிரமாண்டத் தூண்கள்
சூழ்ந்து படிகள் அமைத்த திறந்த அரங்கம்
அதனுள் நுழைகிறேன்
அதுவரை அனுபவித்திராத ஒருவித குளுமை
என்னைச் சூழ்கிறது
கண்களை மூடி மூச்சை இழுத்து
குளுமையை என் உடலுக்குள் கிளைக்க விடுகிறேன்
இமைகள் திறந்து வானத்தைப் பார்க்கிறேன்

எங்கிருந்தோ அலைஅலையாய்த் திரண்ட கருமேகம்
பரிதியின் நகர்வில்
தூண்கள் ஒன்றின் மீதொன்று
வேரோடு சாய்வதுபோல
அவற்றின் நிழல்கள் நீண்டு விழுந்து
அரங்கம் இருள
காற்றின் சிறு ஈரப்பதம் தீண்டி
குப்பென்று வியர்த்துச் சிலிர்த்தது
வானமுகம்
அந்தரத்தில் இருண்ட பாறைகள் மிதந்து மோதி
மின்னல் கொடி அறுந்து விழுந்து
அரங்கத்தின் தூண்களைச் சுற்றிப் படர்ந்து

சடசடவென மழை
என் உடம்பில் பட்டு ஈரம் பொசுங்கியது

மழைக்குள் நீந்தி ஆடித்திளைத்துப்
படி இறங்குகிறேன்
முகத்தில் அறையும் பகல் வெளிச்சம்
பிரக்ஞை தெளியத் திரும்பிப் பார்க்கிறேன்
ஈரத்தின் தடயமற்ற கானல் நுரைக்கும் அரங்கம்
சூரியன் சிரிக்கும் வானம்
புதிர் விலகா விழிப்பில் துளிர்க்கும்
முதல் சொட்டுத் தாய்ப்பால்.

பிரபஞ்ச தியானம்

கனவில்கூட பார்த்திராத கடற்கரையில்
கைகளை வீசி ஆடை கலைய
கூந்தல் அலைய கண்களில்
நீர்பறக்க நடக்கிறேன்

நான் முந்த காற்று முந்த
நான் ஓட காற்று துரத்த
மண்ணில் பதியும் பாதச் சுவடுகள்
வாய்களாகி என்னை ஊதி
உயர உயர இப்பொழுது ஒரு
இறகைப்போல மிதந்து கொண்டிருக்கிறேன்
சுற்றிலும் கிளிஞ்சல்களும் சருகுகளும்
சுழல்கின்றன
கீழே கடல் அமைதியாகத் துள்ளுகிறது
மோதிய சருகு முகத்தில்
பட்டாம்பூச்சியென படபடப்பு
ஓயாத படபடப்பில் உறக்கம் கலைந்தது
அறை முழுவதும் சருகுகள்
சிதறிக் கிடக்கின்றன

அருகில் என் மகள்
குட்டிப் புத்தனின் தியானமென
இதழில் புன்னகை மினுமினுக்க
உறங்கிக் கொண்டிருக்கிறாள்
ஜன்னலை அடைத்துவிட்டு அமர்கிறேன்
மின்னலில் அறை ஒளிர்ந்து மறைகிறது

சிறுசிறு இடியுடன்
மழை சீராகப் பெய்கிறது
கடந்த ஆண்டு பருவ மழை இடிக்கெல்லாம்
குடுவைக்குள் மீன்குஞ்சென வாலடித்து
மோதிமோதி நீந்தினாள்

எனக்குள் இருந்த குமிழ்
இன்று
எல்லாம் நிறைந்த பிரபஞ்சம்.

மௌனப்பாதை

முதல் ரயில் பயணம்
வற்றாத அனுபவமாய்
உன்னுடனான முதல் பயணமும்கூட
சக்கரம் வேகம் தூரம் காலம் பிரமிப்பு
என் முகம் ஜன்னலில் வெட்டும் காட்சிகளினூடாக
பால்ய காலத்தைப் பற்றிப் பேசிக்கொண்டு
வருகிறேன்
நாம் இறங்கும் இடம் வந்தவுடன்
என் மீது கோபமா
பயணம் முழுவதும் என்னிடம் பேசவில்லையே என்கிறாய்
உன்னுடன்தானே பேசிக்கொண்டிருந்தேன்
இதழ் பிரியாத சிரிப்புடன் கனவிலோ என்கிறாய்
நீ அருகில் இல்லாச் சமயங்களிலும்
உன்னுடன்தான் பேசிக்கொண்டிருக்கிறேன்

காலம் வெளி அற்ற நம் உறவுகள்
சக்கரத்தின் ஓயாத உராய்வுகளோடு கிடக்கும்
நமது உடல்கள்.

குருட்டு வலி

நாய் தலைக்குள் சிக்கி
பானை தவிக்கிறது
குருட்டுத் திசையின் எதிரே
தன்னை மோதிச் சிதறடிக்கும்
கணத்தை எதிர்பார்த்து

கோளப் பரப்பில் எதிரொலித்து
திரும்பும் அதன் ஓலம்
நிலைகொள்ளா நிலையில்
முன்னங்கால் முன்னிழுக்க
பின்னங்கால் பின்னிழுக்க
திசை திருகி தன்வசம் இழுக்க
காலம் கல்லெறியும்
வலியின் முடிச்சு அவிழ்ந்து சிதற.

கருப்பாயி

ஒரு பண்ணை அடிமை
ஆண்டை வீட்டு
விளைச்சலிலிருந்து எழவு வரை
அண்ணாந்து பார்க்க நிலவு இருக்கும்
அரிசி புளி மிளகாயுடன்
மடியில் கருவாடும் மணக்கும்
கள்ளுக்கடையில் கொஞ்சம்
மட்டிக்கள் குடித்து
வேலியோரம் மயக்கத்தில் கிடக்கும்
வீட்டுக்காரனைத் தோளில் தூக்கிக்கொண்டு
குடிசைக்கு வந்து சேர்வாள்
கள்ளுக்கடையில் ஆரம்பிக்கும்
ஒப்பாரி பூமியில் சாய்கிறவரை கேட்கும்

இப்பொழுதும் ஒப்பாரி கேட்கிறது
தோல் பேரிச்சையாய் ஒடுங்கி
கோயில் வாசலில் கையேந்தியவாறு.

காதல் கடிதம்

ஆண்டவன் துணை
அன்புள்ள பானுவுக்கு மாமா எழுதிக்கொள்வது
பணம் அனுப்பியது கிடைத்ததா
ஊதாரித்தனமாய் செலவு செய்யாதே
கணக்கு எழுதிவை
தின்னு அழிக்காதே
வெள்ளை பூண்டு வெங்காயம்
மசாலா கறி
சேத்துக்காதே
எல்லாம் உன் நன்மைக்குத்தான்
சினிமா கடைத்தெருன்னு சுத்தாதே
கீழ்விட்டு அக்கா துணையுடன் வெளியே போவனும்
படியை விட்டு இறங்கும்போது
முந்தானையை இழுத்துப் போத்திக்கனும்
உடம்பைக் கொற
நீ கேட்ட வளையலை
அடுத்தமாதம் கொடுத்து அனுப்புகிறேன்
என் மகள் மகாலஷ்மி அமெரிக்கா போவதற்கு
ஏற்பாடும் பணமும் தயார் செஞ்சிக்கிட்டு
கூடவே கொஞ்சம்
கூலி விசா பொறுக்கிக்கினு வரேன்
அவள் ஊருக்குப் போயிட்டால்
இங்கேயே செட்டில் ஆகிடலாம்
எனக்கும் 55 ஆவப்போகிறது
இது வரைக்கும் உன் அக்காவுக்கு
துரோகம் செஞ்சது கெடயாது
ஒரு கொறையும் உனக்கு வைக்கமாட்டேன்
வீட்டுவேலைக்கு விசா கேட்டு
என் வாசல் மெதிச்ச ராத்திரி
நான் தூங்கவேயில்லை
யோசிச்சிதான் முடிவு பண்ணினேன்
ஐயோ பச்சக் குழந்தை
அங்கபோய் எத்தன கைமாறுதோ
நம்ப கையோடயே இருந்துட்டு

போகட்டுமேன்னு பிச்சை போட்டுருக்கேன்
வரமா நெனச்சு காப்பாத்திக்கோ
எல்லாம் உன் நன்மைக்குத்தான் சொல்றேன்
ஒரு ஆறுமாசம் பொறுத்துக்கோ
பல்லாயிரம் மைலுக்கு அப்பால இருக்கன்னு
ஏதாவது துரோகம் பண்ண நெனச்ச
தேவடியா நாயே
ஆள்வச்சி தீத்துக்கட்டிடுவேன் ஜாக்கிரதை
பதில் எழுதவும்

அன்புடன்
மாமா.

சங்கராபரணி: நான் வளர்த்த ஆறு

ஊருக்கு வெளியே வயலுக்குள்
தேடிச் சென்றேன்
களிமண் தோண்டி எடுத்து
பொம்மைகள் செய்ய
சித்திரை பூமி வாய் பிளந்து கிடந்தது
தோண்டத் தோண்ட மண் பொடிந்து
புழுதி எழுந்து பரவி என்னை மறைத்தது
பொழுதும் கடந்து சாம்பல் கவியத்தொடங்கி
நிலா எழுந்தது
எனது முகத்தை சிறு ஊற்று
பீறிட்டு நனைத்து
கொப்பளித்து தரை நழுவுகிறது
பொங்கும் நீரை அள்ளியள்ளி வார்க்கிறேன்
பாம்பென விரைந்து ஓடுகிறாள்

எனது மடியில் கை கால் உதைத்து
தளும்பிக்கொண்டிருக்கிறாள்
எல்லாவற்றையும் வாரி அணைத்து
தொடர்ந்த மழைக்கெல்லாம்
தலைவிரிய அலைந்துப் புரண்டுத் தாவுகிறாள்
எல்லை கடந்து
விதவிதமான நிறங்களுடன்
மணலைக் கொண்டுவந்து
விதவிதமான தோற்றங்களைச் செய்கிறாள்
வழி நெடுக்க பலவித நிறங்களில்
பொறுக்கிவந்த விதைகளை முளைக்கச்செய்து
பரந்த தோப்புகளைத் தனது கரைகளில்
வளர்த்தெடுக்கிறாள்
பச்சை இருளும் பூத்துக்குலுங்கும் வசீகரமும்
நிறைந்து அடர்கிறது அவள் அழகு

சென்ற கோடையில்
என் மனசுக்குள் மட்டும் சப்தமில்லாமல் சுழன்று
ஓடிக்கொண்டிருந்தாள்
என்னைச் சுற்றி வெளியே வெயில் சூழ்ந்தது

ஆற்றின் போக்குவழியென
வெடித்த பாதங்களுடன் நான்
உறங்கிக்கொண்டிருந்த
ஓர் இரவு
புழுக்கத்தில் கசகசத்து எனது முலைக் காம்புகளில்
துளிர்த்த திரவம் சுரந்து ஓடி
காய்ந்த மண்ணை நனைத்து ஈரமாக்கியது
கனவு கலைய
அதிகாலையில் எழுந்து
வயல் தாண்டி ஓடிச் சென்று பார்த்தேன்
புதிய உடலுடன் ஓடிக்கொண்டிருந்தது எனது ஆறு
பால் மணத்துடன்.

இருளும் ஒளியும்

வெம்மையின் இருளை கரையான் மெல்லும்

வெளிச்சப் புள்ளிகள் கால அரிப்பில்
கீற்றாகி ஒளித்தழும்பாகி வளர்ந்து
பெருகும் காட்டின் உதயத் திகைப்பில்
கூந்தல் விரித்து
அலைந்து திளைக்கும் மரங்கள்
உச்சாணிக் கிளைகள் திசைகளை கலைத்துப்போடும்

புள்ளிக்கு மேல் திசையற்ற வெளி

நீ கொஞ்சமே இளைப்பாற
நகர்ந்து கொள்ளும் நட்சத்திரங்கள்
மாயக்கணங்கள் கையிருப்பில்லை
கனவுகளைத் தின்று மந்திரச் சொற்களை
வசப்படுத்தலாம்

இருளை உண்ணும்
மண்புழுவின் குகைக்குள் கிடைக்கலாம்
சிறிது ஒளி
தலைவேர்களுக்கு.

அதனதன் உலகம்

நினைவுகளைக் கொத்திக் கொத்தி
தோண்டி எடுக்கப்பட்ட புழுவாய்
மரங்கொத்தியின் அலகில்
சிக்கித் தவித்து
சிறு காற்று கிளையசைக்க
பிடிநழுவி பட்டாம் பூச்சியாய்
திசைவிலகும் நீ

தழும்பாய் வளர்கிறது மரம்
இரை ஏமாற்றிய பசியுடன் பறவை
வானத்தைத் தன் சிறகுகளில்
சுருட்டி அமர்ந்திருக்கிறது
நீ எங்கு போய்விடுவாய் என்று

பறவையின் பார்வைக்கு அப்பால்
பாறைக்குள் விரிகிறது
தேரையின் இன்னும் ஓர் உலகம்.

மந்திர கணம்

உச்சரிக்கப்படாத ஒரு சொல்லாய்
நீ இருந்தாய்
உன் இருப்பின்
பிரமாண்டப் பேரமைதியில் அதிர்வுற்று
உன்னை விளித்த அக்கணம்
உன் மௌனக் கார்வை
உன்னை சிருஷ்டிக்கும்
மந்திரமெனில்
காலம் மனம் கொள்ளும்.

தேனீர் நேரம்

இரு அறைகளுக்கும் இடையில்
ஒரு தடுப்புச் சுவர்தான்
ஒரே ஒரு சுவர்தான்
என் மூச்சை நானே சுவாசித்தபடி

சிரிப்பும் சிணுங்கலும் கும்மாளமும்
அழுகையும் சண்டையுமாக
கழியும் அடுத்த அறைப் பெண்களின்
தேனீர் நேரம்

நத்தைச் சுருளிலிருந்து
தலையை நீட்டி காதுகள் குவியும்
அறைவாசலில் நிழலாடிக் கடக்க
ஓட்டுக்குள் சுருங்கும் உடல்

அடுத்த அறை வாசல் திறந்திருக்க
துணிக்குவியல் போல் சரிந்து கிடக்கும் பெண்கள்
திரும்பி வந்து
என் மூச்சை நானே சுவாசித்தபடி
ஏடு படிந்த தேனீரைக் குடித்துக்கொண்டிருக்கிறேன்

ஒரே தேனீர்
வெவ்வேறு குவளைகளில்.

நரமாமிசர்

உனது தாகத்துக்கு
குவளையில் தளும்பும்
உதிரம்
நெருப்புடன் கருகும்
கனவின் மாமிச வீச்சம்
மணக்கிறது
உலையில் வேகும் உயிர்
தட்டுகளில் பசிக்கு
உன் முன்னால் கிடத்தப்படுகிறது
மலர்ந்த முகத்துடன்
எவ்வித சங்கடமுமின்றி செரிக்கிறாய்
காலம் காலமாக
உடல் குதறி உயிர்க்கும்
நாகரிகம்

எல்லாம் யோசிக்கும் வேளையில்
கொல்வதும் உண்பதுமாக முடிகிறது

உன்னைவிடவா நான் ருசி.

அம்மாவும் மகளும்

சிறுமழைக்குப்பின் செம்மண்காடு
மாலை இளம் ஒளியில் செம்பவளமாய்
தகித்துக் கொண்டிருக்கிறது
ஆங்காங்கே புற்களின் மீது
வெல்வெட் பூச்சிகள் தம்முதுகில்
மழைத்துளியைச் சுமந்து திரிகின்றன
தூறலும் வெயிலுமாக
மாலை கடந்து கொண்டிருக்கிறது

பெருமழைக்கு முன் வீட்டுக்குத் திரும்பிவிட
ஓட்டமும் நடையுமாக விரைகிறேன்
பாதையோர ஆலமரம்
மதம் கொண்டு அலைகிறது
விழுதுகளை ஒதுக்கினால்
நெற்றியில் தூரல்பட்டு
முகம் முழுதும் கரைந்து வழிகிறது குங்குமம்
முலைகளாய்ப் பிதுங்கிய மரத்தடியில்
மழைக்கு ஒதுங்கிய சிறுமி
கைப்பிடியில் துவளும் பாம்புடன்
நின்று கொண்டிருக்கிறாள்.

ஆறாகி நின்ற பொழுது

மண்ணில் பதிந்த
உடைந்த கண்ணாடியாகக் கிடந்தது
கோடை ஆறு
கண்ணுக்குள் ஊடுருவும் உலகம்
நிலைகொள்ளாத் தவிப்பில்
அலைப் பாம்புகள்
என் கால்களைச் சுற்றிச்
சிலு சிலுவென நழுவலில்
குறுகுறுக்கும் உடல்
கூசி விலகி ஆற்று மணலில்
ஒற்றைக் கால்தடம்
பதித்துத் திரும்பும் நினைவு
பல மலைகள் கடந்து
பயண முடிவில் எனக்குள் பாயும் ஆறு
மோதிமோதிக் கரையும் கரைகள்
எந்த உடைப்பில் மீளுமோ
அலையெழுப்பும் வெள்ளம்
இலைச்சருகாய் மிதக்கும் உள்ளம்
உடலின் ஏதோவொரு பகுதியில்
நுரைக்கும்
வேறு ஏதோவொரு பகுதியில்
வண்டல் படியும்.

மயக்கம்

சித்திரையின் செம்பூவென விரிந்த
முழுநிலவின் அழைப்பில்
கடலுக்குள் செல்கிறேன்
சிறு கட்டுமரம் வலித்து
மீன்களுடன் வலைக்குள்
சிக்கித் திணறும் நிலா
அவிழ்த்துப் பரிக்குள் பத்திரப்படுத்தித்
திரும்புகிறேன்
என்னையும் பிடித்துக் கொள்ளென
மேற்கின் கரையில் தயங்கி நிற்கிறது
சூரியன்
நெடுநேரம் தன்
கரங்களைக் குவித்து.

ஒரு கரையின் தனிமை

நீரசைவில் பாசியென
மனம் அலைய
சிப்பியின் தவமென
ஒளி வார்ப்புப் புதைத்த இதயத்துடன்
உடலில் உப்புப் பாரிக்க
கரையின் காத்திருத்தல்

மழைப்பருவங்களில் சூரியன் மறைத்த
மேகங்கள் உன்சாயைக் காட்டி
ஏமாற்றும் மாயக்கடல்

பலவேளைகளில் வளைநண்டும்
சிலவேளைகளில் ஆமைகளும்
உறவாடும் பொழுதுகள்
அதுதவிர
முழுக் கிரகணத்தின் ஒரு கண அமைதியுடன்
உடல் தகிக்கும் கடற்பூண்டுச் செடிகள்

எனை ஆட்கொள்ள நீயோ
உனை ஆட்கொள்ள நானோ
வரும் சூறாவளிக் காலம்.

தன்னை அவிழ்த்துக் கொள்ளும் உடல்

வாழைப் பூவென மணம்
விரிந்த போது
இழைபிரிந்து அலையாய் அலைந்து
பிரியாய்ச் சூழ்ந்து
தண்டென இறுகும் உடல்
நினைவின் வெம்மை
காலமெனத் தீண்ட
சிறகு சிலிர்த்து
நுனி துளிர்க்கும்
குளுமை
தரையெல்லாம் தாமரை மொட்டவிழும்.

ஆட்டம்

சித்திரைத் தோட்ட பூவரசில்
ஊஞ்சல் இழையும்
தாழ்ந்து எழும்பும் சிறகுகள்
அடைகாக்கும் நிழலுக்குள்
உருவாகும் அரண்மனைகள்

ஆடியில் கயிறறுத்த தழும்பை ஆற்றி
மஞ்சள் தேவதைகளைக் காலையில்
அனுப்புவான் உறக்கம் கலைக்க
ராஜாராணியுடன் கைக்கோர்த்து
அலையும் கதைகளுடன் நாம்
என் இளவரசியுடன் சென்ற நீ
திரும்பாமலே போனாய்
மஞ்சள் பாவாடையுடன்
அப்பொழுது நீ
என்னுடன் எதுவும் பேசவில்லை

மீனைக் கடக்கும் நிழல்
கொக்கா மேகமா
தெரியவில்லை யாருக்கும்
ஊஞ்சலுக்குக் கீழே
விளையாட விடுகிறது
தன் மஞ்சள் குழந்தைகளை
சதுரங்கஆட்டத்தின் விதிகள் தெரியாமல்.

ஒரு கோப்பைத் தேனீர்

கண்ணாடியில் வெட்டுப்பட்ட இறக்கைகளுடன்
சுற்றிக்கொண்டிருக்கிறது மின்விசிறி

என் ஆன்மாவைப் போன்ற
கறுத்த கசந்த தேனீரைக் குடித்துக்
கொண்டிருக்கிறேன்

உனது சிமிழுக்குள் அடைப்பட்ட
கிளியல்ல உயிர் அது
விசையற்ற கோளமென
அலைந்து கொண்டிருக்கிறது

உன்னால் ஏழுகடல் மட்டுமே தாண்டமுடியும்
கோப்பைக்குள் நீ - அதன்
விளிம்புக்கு வெளியே
எல்லையற்ற என்னுடல்.

தவளை

காற்றைத் தடுக்கும் எனது அறைக்குள்
ஒரு கள்ளிச் செடியாவது இருக்கட்டும்
என்னைத் தழுவ நீளுகின்றன
இந்தப் பச்சைக் கரங்கள்

கிணறு போன்ற இந்த அறையின்
ஒரு பகுதி பாசிபூசி நிற்கிறது
ஐப்பசி மழைக்கு
தரை தட்டும் நிலாவிலிருந்து
பீறிடுகிறது பெருஊற்று
சிறு தவளை அதன்
மூலை ஒன்றில்
வாழத் தொடங்கியது
எனக்குள்
சிறு வட்டங்களைப் பரப்பி
நீர்ப் பரப்பில் வளையங்களாய்
மிதந்து விரியும் எனது வெளி

சுவராய் நீ மோத
வெள்ளமாய்ச் சூழ்கிறேன் எங்கெங்கும்.

கல்யாணமும் கட்டுமரமும்

அவளின் திருமண வயதை
வேலியில் நிற்கும் கல்யாணமுருங்கை*
சொல்லும்
அந்த மரமும் அவளும்
வேறு வேறு திசையிலிருந்து
வெட்டி நடப்பட்டவர்கள்
இந்த நிலத்தில் ஒரே நாளில்

அவளைப் போலவே அதுவும்
பட்டும் துளிர்த்தும் இப்போது
பெரிய தாய்மரமாக தனது வாரிசுகள்
தோட்டம் முழுதும் செழிக்க நிற்கிறது - நின்றது

வசந்தம் முழுதும் ஒரு திருவிழாப்போல
பூத்துக் கொண்டாடிக் கொண்டிருக்கும் அழகில்
சுற்றிச் சுற்றி வருவாள்
அடிக்கும் காற்றுக்கெல்லாம்
காய்கள் குலுங்க சிரித்துக்கொண்டிருந்தது
அடிமண்டை பிளந்து காற்றாடக் கிடக்கிறது

இன்று
எங்கோ ஒரு திசையில்
கடலில் மிதக்கிறது
யாருடைய வாழ்கையையோ சுமந்துகொண்டு.

---

* முகூர்த்தக் காலாக மணமகன் வீட்டில் நடப்படும் கல்யாணமுருங்கை கிளை வளர்ந்து மரமான பிறகு அது கட்டுமரமாகப் பயன்படுத்தப்படுவது மீனவச் சமூக வழக்காகும்.

நீருக்கடியில் ஒரு வீடு

முன்பு எல்லாம் அது அது அதனதன் இடத்தில்
வரிசையாக அழகாக தன்னைத்தானே
வரையறுத்துக் கொண்டு ஒழுங்கு குலையாமல்

கால் முளைத்த அவளிடம் தன்னை
கிழித்துக் கொள்ளும் புத்தகங்கள்
கையை உடைத்துக் கொண்ட மரப்பாச்சி
தலைபோன ரப்பர் பொம்மை
காதறுந்த நாய்க்குட்டி

எடுத்து மாளாத சொப்புகளின் உடைசல்கள்
சமயங்களில் இவையெல்லாம் சேர்ந்து
கீழாடை நனைந்து நீச்சலும்
பழகிக்கொண்டிருப்பாள்
வீடு எப்பொழுது திரும்பும் தன் பழைய நிலைக்கு
பள்ளிக்குச் செல்ல ஆரம்பித்தால்
பிரச்சினை குறைந்துவிடும்
மீண்டும் மீண்டும் எல்லாவற்றையும்
அதனதன் இடத்தில்

வகுப்பு ஆசிரியையிடம் கதறவிட்டுத் திரும்புகிறேன்
நீருக்கடியில் கிடக்கும் ஓவியம் போல்
அசைந்து கொண்டிருந்தது தூரத்தில் வீடு
உறைந்த நீர்ப்படலத்தைக் கிழித்துக்கொண்டு
உள் நுழைகிறேன்
ஒழுங்கின் சவ அமைதி

எல்லாம் சில்லிட்டுப் புகைந்து கொண்டிருந்தது
வெறுமையின் பனிச்சுழியில் சிக்கி
உறையத் துவங்கினேன்
அவளின் மென் விரல்களின் கதிர்த்தீண்டலை
எதிர்நோக்கி
ஓவியத்தின் காதறுந்த நாய்க்குட்டி
என் மடிமீதேறிச் சோகமாய் அமர்ந்துகொண்டது.

வெள்ளைப் பாய்மரங்களும் சங்கிலிகளும்

வெள்ளைப் பாய்மரங்கள் விரைகின்றன
நீர்பரப்பின் மேலே பூமியில்
தன் பெயர்கொண்ட தன் முகம்கொண்ட
புதிய நிலத்தை மாற்றி உருவாக்க

தன் கொடிகள் நாட்டப்பட்டவுடன்
எல்லைகளை வகுக்கின்றன
புதிது புதிதாக நிலப்பரப்புகளை
நீரிலிருந்து கண்டெடுக்கக் கண்டெடுக்க
பூமியின் வரைபடங்கள் மாற்றப்படுகின்றன

அப்பொழுதெல்லாம் தன் பதாகையின் கீழ்
செல்வங்களைக் கொள்ளையடிக்கவும்
அடிமைகளை உருவாக்கவும்
அகதிகளை உருவாக்கவும்
அதன் நீண்ட சங்கிலியில்
பிணைக்கப்பட்ட கறுப்பு உடல்களுடன்
வெள்ளைப் பாய்மரங்கள் விரைந்தன
வரலாற்றை இரத்தத்தில் மிதக்கவிட்டபடி

நீர்ப்போக்குகளற்ற மலைவெளிகளிலும்
பாலைவெளிகளிலும் அவை தம்மைப்பற்றிய
கதைகளூடாக மிதந்து சென்றன

இப்பொழுதெல்லாம் வெள்ளைப் பாய்மரங்கள்
வழக்கொழிந்துவிட்டன
அவைபற்றிய கதைகள் மட்டுமே
என்னையும் உன்னையும் ஆண்டுகொண்டிருக்கின்றன

பாய்மர மனிதர்கள் பேசிய வெள்ளை வார்த்தைகள்
எனது மொழியில் கணிசமாக நிறைந்துவிட்டன
உனது நிழல் வெள்ளையாக நீள்கிறது
நமது வெளி இருண்டு வருகிறது.

மர்மமும் அற்புதமும்

பழைய கலைப்பொருட்கள் நிறைந்த
அப்படி நினைத்துக் கொண்டிருக்கும்
வீட்டைத் தினமும்
துடைத்துக் கொண்டிருக்கிறேன்
துடைத்ததையே தினமும்
துடைக்கப்பட்டதையே தினமும்
துடைத்துக்கொண்டிருக்கிறேன்

தோட்டத்தில்
விளாமரத்திலிருந்து ஒரு பழம்
விழுகிறது
விழுந்து கிடக்கிறது
வாசனை கண்ணாடி தடுப்புகளை மீறி
உள் நுழைகிறது

ஒவ்வொரு வீடும்
பழைய பொருட்களின் காப்பகமாக
மாறிக்கொண்டிருக்கிறது
பழங்காலத்து நினைவுகளை
பொருட்களுக்குள் பதுக்கி
அருங்காட்சியகங்களாகி விடுகின்றன
நகரங்கள்

உலகமே கண்டெடுக்கப்பட்ட
அருங்காட்சியமாகத் தன்னை
புதுப்பித்துக் கொள்கிறது
வரலாறுகள் அருங்காட்சியகங்களில்
இருந்து எழுதப்படுகின்றன

அகழ்ந்து அகழ்ந்து
வரலாற்றிலிருந்து தம் கதைகளைப்
பெருக்கிக் கொள்ளும் நகரங்கள்
தம்மைச் சுத்தப்படுத்திச் சுத்தப்படுத்தி
கழிவுகளை வெளியே தள்ளுகின்றன

நான் இப்பொழுது ஒரு புராதன
மண்டை ஓட்டைத் துடைத்துக்கொண்டிருக்கிறேன்
நான் இப்பொழுது பதினேழாம் நூற்றாண்டின்
கடல் பயணி பயன்படுத்திய
உலக உருண்டையைத் துடைத்துக்கொண்டிருக்கிறேன்

தோட்டத்தில் விளா மரத்தடியில்
ஓட்டுக்குள் உருண்டு திரண்டகோளம்
சுற்றிக்கொண்டிருக்கிறது
அதற்குள் யாரும் தீண்டாத ஒரு கதை
வாசனையாக கண்ணாடித் தடுப்புகளை மீறி
உள் நுழைகிறது.

பச்சை நகரம்

நகரத்தில் கைவிடப்பட்ட எனது வீட்டுக்கு
பல ஆண்டுகளுக்குப் பிறகு திரும்புகிறேன்
வழியெல்லாம் மறந்துபோக
காலத்தின் நிறங்களை இழந்த
நத்தை ஒடொன்று
என் நினைவின் குறுக்கே
அடைத்துக் கொண்டு கிடக்கிறது

கைவிடப்பட்ட எனது நகரத்தை
காடு கொஞ்சம் கொஞ்சமாக
விழுங்கிக் கொண்டிருக்கிறது

நீண்ட அலைச்சலுக்குப் பிறகு
எனது தெருவை அடைகிறேன்
வீடுகள் பிளந்து விரிசல்களில்
மரங்கள் முளைத்து நொறுங்கி நிற்கின்றன
என் வீட்டுச் சுற்றுப் படலைத் திறக்க
அவசரமாய் சன்னல் வழியே
தலை நீட்டி கொத்தாய்
விரிகிறது சிவப்புக்கொன்றை

கதவைத் திறக்க
பதட்டத்துடன் மோதி
சிதறிப் பறக்கும் பறவைகள்
திடுக்கிட்டுத் தப்பி ஓடும்
சிறு விலங்குகளைப் பின்தொடர்கின்றேன்

வனத்தின் அடர்த்தியும் வசீகரமுமாய்
நீள்கிறது எனது வீட்டுத் தோட்டம்
எங்கும் மிருகங்களின் நடமாட்டம்
புதருக்கிடையில் தன் இரையைத்தேடி
பதுங்கிச் செல்கிறது சிறுத்தை
என்னைக் கண்டு
பயந்து விலகி ஓடுகிறது
மான்களின் கூட்டம்

ஏரியில் சேற்றைக் குழப்புகிறது
யானைக் கூட்டம் தன் குட்டிகளோடு

பூமியெல்லாம் வெடித்து
மண்ணிலிருந்து பிரமாண்ட வேர்கள் கிளம்பி
கட்டிடங்களைச் சுற்றிப் பின்னி
வளைத்து மரங்களாக எழுகிறது நகரம்
கூட்டம் கூட்டமாய்ப் பறவைகள்
எங்கிருந்தோ வலசை வருகின்றன
வீடுகளெல்லாம் பெரும் பூந்தொட்டிகளாக
வழிகின்றன

திடும் திடுமென பெருத்த
அதிர்வோசையில் கலங்கித் திரும்ப
புழுதி கிளப்பியவாறு காண்டாமிருகக் கூட்டம்
ஒன்றோடு ஒன்று இடித்துக்கொண்டு
தார்ச்சாலையில் ஒடுகின்றன

பாளம் பாளமாய் வெடித்து நீரறுத்து ஓடும்
சாலைகளின் சந்திப்பில்
போக்குவரத்தை நேர்ப்படுத்தும்
விளக்கு மரங்கள் இன்னும் எரிந்தபடி நிற்க
மலைப் பாம்பொன்று நகர்கிறது

கைவிடப்பட்ட எனது நகரத்தை
காடு முற்றிலுமாக விழுங்கிவிட்டது

மீளும் வழியெல்லாம் மறந்துபோக
காலத்தின் நிறங்களால் இழைந்த
கூழாங்கல் ஒன்று
என் நினைவின் ஓட்டத்தில்
உருண்டு கொண்டிருக்கிறது.

குழந்தையின் கண்ணீர்

மழையைவிட கடலைவிட
நதியைவிட குளத்தைவிட
அதிமர்மமானதும் அதிரகசியமானதுமான நீர்
கண்ணீர்.

○

பரந்து விரிந்த பாலைவனம்
என்னைப் பின் தொடரும் காலடிச்சுவடுகள்
பாதத்தை எதோவொன்றின் கூர்முனை இடறிவிட
சிறுவலியுடன் கவனித்தேன்
புதைந்த ஒரு மரத்துண்டு
தோண்டத் தோண்ட கப்பல் ஒன்றின்
பாய்மரக் கம்பமாய் மேலெழ
பிரம்மாண்ட பள்ளத்தில் ஒரு கப்பல்.

○

என்னுடன் பிணக்கமுற்று
உதடுசுழித்து முகம் கோணி
கையால் ஒரு கண் கசக்கித் தேம்பும்
என் மகளின் இன்னொரு கண்ணில்
விளிம்புகட்டி நிற்கும் நீரில்
நகர்கிறது கப்பல்.

○

அதிமர்மமானதும் அதிரகசியமானதுமான
நீருக்கடியில் நான் நடந்த பாலைவனம்
எனது பாதச்சுவடுகள் மட்டும்
நீர்படாமல் மணல் திட்டுகளாக மிதக்கின்றன
ஒரு திட்டில் நான் இன்னொன்றில் என் மகள்
இடையே கப்பல் போகிறது
பாய்மரங்கள் வழிநடத்த
யாருமற்ற கப்பல்.

○

சாமத்தில் படுக்கையில்
குழந்தை சிறுநீர் கழித்துவிட்டாள்
ஈரத் துணிகளை அவிழ்த்துத் துடைத்து
புதியதை உடுத்தி
படுக்கவைத்தப் பிறகுதான் உணர்ந்தேன்
இரவு விளக்கின் இளம் நீல வெளிச்சத்தில்
படுக்கை மிதந்து கொண்டிருப்பதின் அசைவை
ஆங்காங்கே நீரில் துள்ளுவது
சிறுசிறு மீன்களாகத்தான் இருக்கும்
ஜன்னலின் வழியே உள்நுழைந்துவிட்டன போலும்

விடிந்ததும் குனிந்து முத்தமிட
குழந்தையின் முகத்தை அருகினேன்
கன்னங்களில் காய்ந்த கண்ணீர்ச் சுவடுகள்
அறையைச் சுற்றிலும் நோட்டமிட்டேன்
நீர் நிறைந்து வடிந்த கிணற்றின்
பக்கச் சுவரில் அதன் காய்ந்த தடம் போல
அறைச் சுவர்களில்
நீரின் மேல்மட்ட உயரத்தின் உலர்ந்த தடங்கள்
மின்விசிறியில் கடல் தாவரங்கள்
கொத்தாகச் சிக்கிக்கொண்டு
இழையிழையாகத் தொங்குகின்றன
ஜன்னல் கம்பிகளிலும் கடல் பாசிகளின் கொத்துகள்
ஜன்னலின் வழியே வெளியே பார்க்கிறேன்
எட்டிய தூரம்வரை ஓடிமறைந்த
நீரின் தடம் அலையலையாய் மண்ணில்
நனைந்த செடிகள் சாய்ந்து நிற்கின்றன
மழை தப்பிய பருவத்தின் சுட்டெரிக்கும்
சூரியனை எதிர்பார்த்து.

வேறு பாதை

மரங்கள் அடர்ந்த பாதை
சிறு தூறலில் நனைந்த தழைகளின் மணம்
குழந்தைகளின் புன்னகையென எங்கும் நிறைந்த
கதிரொளி
தலைக்கு மேலே பறந்து சற்றுத் தூரத்தில் இறங்கி
தோகை விரிக்கிறது மயில்
அதன் ஆயிரம் கண்களில் ஏதோவொன்றில்
மறைந்திருக்கலாம்
உனக்கும் எனக்கும் இடையே இன்னும்
பேசப்படாத ஒரு சொல்

அச்சொல்லிலிருந்து ஒரு செடி
ஒரு குழந்தை
ஒரு பரிதி அல்லது ஒரு துளி மழை
எதுவும் உருவாகலாம் பேசப்படாதவரை
பேசப்படாதவரை ஒரு கவிதை
உயிரோடு இருப்பதுபோல

மரங்கள் அடர்ந்த பாதை முடிவற்றது
பலமுறை நடந்து பார்த்துத் திரும்பிவந்த
பாதை இது
இப்பாதை நமது சொற்களால் ஆனது
உனக்கும் எனக்கும் இடையே இன்னும்
பேசப்படாத ஒரு சொல் இருக்கும்வரை
இப்பாதைக்கு முடிவில்லை போலும்.

நீரின்றி அமையாது உலகு

கன்னியாகுமரி

விரிந்த கரையின் தனிமையில்
அமர்ந்திருக்கிறாள் அச்சிறுமி
விடியலில் வந்தவள்
இன்னமும் திரும்பவில்லை

காலையிலேயே வாதம் தொடங்கிவிட்டது
எதையோ இவள் கேட்பதும்
அவள் மறுப்பதுமாக

சிறுபிள்ளையின் ஆசைக்குச் சிறிது
அக்கறை காட்டியிருக்கலாம் அவள்
இவ்வளவு பெரியவளால்
கொஞ்சமாவது உதவமுடியாதா என்ன

நீலம் பச்சை வெளுப்பு
எத்தனை முகம் காட்டினாலும்
இவள் விடுவதாக இல்லை கோரிக்கையை

பின்பு சிவக்க
எட்டி இடதுகையால் மறுவிளிம்பைப்
பிடித்து இழுத்து
வலதுகையால் ஆரஞ்சு மிட்டாயை எடுத்து
வாயில் திணித்துக் கொண்டு திரும்புகிறாள்
உதட்டிலிருந்து ஒளிச்சாறு வழிய
சிறுமியிடம் தோற்ற சோகத்துடன்
முக்கடலும் முகம் கருத்துக்கிடக்கிறது.

விஸ்வரூபம்

ஏதோ ஒரு பருவ மாற்றத்தில்
எனது அங்கங்கள் ஒவ்வொன்றும்
மிருகமாகவும் பறவையாகவும் மாறி
என்னைவிட்டு விலகிச் செல்லத்தொடங்கின

அவையே திரும்பி வந்து சேர்வதும்
பல சமயங்களில் தொலைந்த ஆட்டுக்குட்டியை
தேடிச் சென்று அழைத்துவருவதென நிகழ்வதும்
பிறகு யாத்திரைபோலப் புறப்பட்டுச்
சென்றுவிடுவதும் வழக்கமாகி
எல்லாக்கால வெளியிலும் அலையத்துவங்கின

நீண்ட காலமாகிவிட்டது
பல திக்குகளின் நீர் நிலங்களை
நோக்கிச் சென்றிருக்கும்
எது எத்திசையில் உலவுகிறது
என யூகித்தறிய முடியவில்லை
திரும்பி வந்துவிடும்போது
வெவ்வேறு நிலத்தின் வாசனையோடும்
குரல்களோடும் என் உடலெங்கும் மேய்ந்து
என் அடையாளத்தைக் கலைத்து அடுக்குகின்றன

யோனி ஒரு பட்டாம்பூச்சியாய்
மலைகளில் அலைவதைக் கண்டதாக
காட்டில் விறகு பொறுக்கச் சென்ற
பெண்கள் வந்து கூறக்கேட்டேன்.

பந்துகளின் இருப்பிடம்

அறை முழுவதும்
சிறிதும் பெரிதுமான
பந்துகள் நிரம்பிச் சரிகின்றன
ஓரிடத்தில் நில்லாமல்

எத்தனை முறை அவற்றிற்கான
இடத்தை ஒதுக்கினாலும்
அங்கே அவை இருப்பதில்லை
எங்கிருந்தாவது திடுமென ஓடிவந்து
மோதிக் கொள்வதும்
பூனையென
காலைச்சுற்றுவதும்
இரவில் உதைபடுவதும்
படுக்கையில் நசுங்குவதுமாக
தங்களை எப்பொழுதும் வதைத்துக்கொள்கின்றன
சில நேரங்களில் பயந்த
குழந்தையாய் மிரளமிரள விழிக்கின்றன
எங்கே ஒளித்து வைத்தாலும்
வேறு பொருட்களை எடுக்கும்போது
இதோ இருக்கிறேனென்று
ஓடி வருகின்றன
எங்கே பத்திரப்படுத்துவது
இவற்றை

என் மகள் வரைந்த
ஓவியத்தில் ஓர் அறைக்குள் வைத்து
பத்திரமாகப் பூட்டினேன்.

கூடு

பெண்ணும் ஆணுமாகச் சேர்ந்து
ஆடி ஓடி தேடிக் கட்டியாகிவிட்டது
அழகிய சிறு வீடு
தென்னையின் வடக்கு மட்டையில்
கொஞ்சலும் குலாவலுமாகக் குஞ்சு
வைத்தாகிவிட்டது சில நாட்களுக்குள்
அவ்வப்போது கீச்சலுடன் செவ்வாயைக் காட்டி
எம்பிக்கொண்டிருந்தது

வெகு சீக்கிரத்தில் வளர்ந்துவிடுகின்றன பறவைகள்

கூட்டைவிட்டு வெளியே வந்து உடல் கோதியது
பிறகு ஒவ்வொரு மட்டையாய்
தாவித்தாவி அமர்கிறது

அதன் முதல் பறத்தலைப் பார்க்கவேண்டும்

சில நாட்களாகத் தொடர்ந்து மரத்தையே
பார்த்துக்கொண்டிருக்கிறேன்
இன்று வெகுஉற்சாகத்துடன் இருக்கிறது
பரபரப்புடன் இங்கும் அங்கும் தாவித்திரிகிறது
இருந்த இடத்திலேயே பறந்து பறந்து அமர்கிறது
சட்டென்று சிறகுகளை விரித்து
பறந்து மாடிக் கைப்பிடிச் சுவரில் அமர்கிறது

சிறுவயதில் மரமேறிக் கூட்டைக்கலைத்து
சுட்டுத் தின்ற பச்சைக் கூழாங்கற்கள்

வயிற்றுக்குள் எத்தனைக் காகங்கள்
சிறகு விரித்துக் காத்துக்கிடக்கின்றனவோ.

நிறம்மாறும் திரைச்சீலைகள்

இன்று உலகம்
என் முன்னே வண்ணங்கள் மறைந்து
வெண் திரையாக உருக்கொண்டது

தாகம் என்னைத் தின்றெடுக்க
என் உயிர்ச்சாற்றையெல்லாம் கொட்டி
கோடிழுத்தேன்
அலையலையாய்ப் புரண்டெழுந்து ஆரத்தழுவியது

இளைப்பாற நிழல் வேண்டி
கைகளை வெட்டி நட்டுக் காடாக்கினேன்

உருண்டு விளையாட
மார்புகளை வீசியெறிய மலைகளாயின

சலனமற்ற பரப்பில்
கண்களை எடுத்து
ஆற்றில் விட்டேன்
மீன் குஞ்சுகள்
துள்ளிப் பெருகின

என்னுடன் உரையாட
நாவை அறுத்து வானில் எறிந்தேன்
சிறு பறவை ஒன்று
கானத்துடன் பறக்கிறது

ஒரு நாள்
உங்கள் முன்னும்
உலகம் இல்லாமல் போகலாம்.

புலி

எனது வீட்டுத் தொலைபேசிப் பொறியருகில்
புலி நெடுநாளாய் அமர்ந்திருந்தது

அது எழுந்து நடந்தபோது
பொழுது இருட்டி விட்டது
உறங்க எத்தனிக்கும் என்
காதருகே தன் சுடு மூச்சைவிட்டது
நான் பொய்யாகப் புரண்டு படுக்க
எல்லாரையும் தாண்டி எல்லாவற்றையும் தாண்டி
இடம்பெயர்ந்த அது
என் அருகே படுத்திருக்கும்
என் மகளின் அடிவயிற்றுச் சூடு
தனது முகத்தில் படியவெனப் படுத்துச் சுருண்டது
விடிந்ததும் கண்டேன்
என் மகளையும்
அவளுக்குப் பக்கத்தில்
ஒருபிடி
அடுத்த தீவின் மண்ணையும்.

ஊஞ்சல்

கயிறுகளின் முனை
எங்கிருந்து இறங்குகின்றதெனத் தெரியவில்லை
நீல ஆழத்துக்குள் பார்வை
அடைய முடியாத் தூரம்
பலகையில் அமர்ந்து ஆடுகிறேன்
முன்னும் பின்னும் மேலும் கீழும்
ஊஞ்சலின் வேகம் ஓய்ந்தபோது
என் தலைமேல் கொஞ்சம் மேகம்
தொத்திக் கொண்டிருப்பது தெரிந்தது
மீண்டும் உந்திய வேகத்தில்
மேற்கில் இறங்கிக்கொண்டிருக்கும்
பரிதியைக் கால்விரல் முனைகள்
தொட்டு மீண்டன
கொஞ்சம்போல இருட்டத் தொடங்க
கயிறுகளின் வழியே இறங்கிய நிலா
என் உடம்பெல்லாம் வழிந்தது
குளிரில் வெடவெடக்கும் உடம்பில்
முத்து முத்தாக நட்சத்திரங்கள் பூத்துக்குலுங்க
ஊஞ்சலின் வேகம்
முன்னும் பின்னும் மேலும் கீழும்
வெளியெல்லாம் எனது விசை.

மழைக்காலச் சிறுமி

வரிசை தப்பிய எறும்பொன்று
வருகிறது தலையணை மேல்
அச்சுவார்த்த உடல்
சிறு அசைவுடன் நகர்கிறது

தலை தூக்கிப் பார்த்து
என்னைப் போலவே சிரிக்கிறது
வாயிலிருந்து சிறு தானியத்தைத் தவறவிட்டு

மீண்டும் தேடி எடுத்துக் கொண்டுபோகிறது

மடியில் கட்டிவரும் என் அம்மாவின்
மரவள்ளிக் கிழங்கு வாசனையுடன்.

கடலை அழைத்து வருதல்

கடல் தன் தடயங்களால்
வீட்டை வளைய வந்துகொண்டிருக்கிறது

துவைக்கப்படாத குழந்தையின் ஆடை
கடலின் வாசனையோடு
கொடியில் தொங்கிக்கொண்டிருக்கிறது
மூலையில் ஒதுங்கிவிட்ட குத்துமணல்
எதையாவது தேடும்பொழுது
கலகலக்கும் சங்குச்சிப்பிகள்
சட்டைப்பையில் கைவிடும்பொழுதெல்லாம்
விரல்களில் ஒற்றி வரும் மணலென
ஓவியரின் கழுவப்படாத நிறக்கிண்ணங்களைப்போல்
கடல் ஒவ்வொருவரிடமும் தங்கிவிடுகிறது

அலைகளில் வீடு நங்கூரமிட்ட
தோணியென அசைந்துகொண்டிருக்கிறது.

இரும்புத் தொப்பி

கொஞ்ச நாட்களாக யாருடனும் பேசுவதில்லை
அதிகக் கோபம் அதிக அழுகை அதிக வெறுப்பு
உறக்கம் உணவு காலம் தப்பின
யாருக்கும் பதில் சொல்வதுமில்லை
ஆத்துக்குப் போனவளைப் பேய் பிசாசு அடித்திருக்கும்
உடுக்கையடித்து விரட்டிப் பார்த்தனர்
ஆவேசம் அதிகரித்து எல்லோரையும்
அடிக்க அறையில் வைத்துப் பூட்டி
ஆகாரம் அவ்வப்போது போட்டுவந்தனர்

ஒருநாள் வெயில் தாளாமல்
கூரையைப் பிரித்துக்கொண்டோடி
தோட்டத்தில் தண்ணீர் தேடியலைந்தாள்
தண்ணீர்பட்டு பல மாதம் ஆனதால்
பானை தொட்டியெல்லாம் உடைத்து நொறுக்கியபடி
நீரை மேலே கொட்டிக் கொண்டிருந்தாள்
அப்பொழுதும் எரிச்சலடங்கவில்லை

ஒவ்வொரு வீட்டுத் தோட்டமாகத் தாவித்தாவி
மூன்றாவது வீட்டுக் கிணற்றை எட்டிப் பார்த்தவளுக்கு
தாயின் கர்ப்பத்துள் தான் இருப்பதாகத் தெரிய
சந்தோஷம் அதிகமாகித் தன்னை எட்டிப் பிடித்துவிட
ஆரவாரத்துடன் குதித்தாள்

துரத்தி வந்த தாயின்
ஒப்பாரி கேட்டு ஓடி வந்தவர்கள்
கழுத்தளவு நீரில் நிற்பவளைத் தூக்க வழி தெரியாமல்
கலவரத்தை அடக்கவந்து ஊரோரம் தங்கியிருந்த
இரும்புத் தொப்பிச் சிப்பாய்களைக் கூட்டிவர
பெரிய பெரிய கயிற்றுடன்
கிணற்றில் இறங்கிக் கறுத்துச் செழித்த உடம்பை
ராட்டினம் போட்டு ஊஞ்சல் கட்டித் தூக்கினார்கள்

செத்துப் பிழைத்து வந்த பிள்ளையை
வைத்தியரை அழைத்துக் காட்ட
பெண்ணுக்கும் சிசுவுக்கும் ஆபத்தில்லை

கவனமா பாத்துக்குங்க என்றார்
தாய்க்கு ஒன்றும் புரியவில்லை
வயிற்றில் அடித்துக் கொண்டு அழுதாள்
அக்கம் பக்கத்தில் இருப்பவர்கள்
அவரவருக்குத் தெரிந்த வைத்தியம் செய்ய
ஒரு பயனுமில்லை

பிறந்த குழந்தை
ஊரைவிட்டுப் போய்விட்ட
ஏதோ ஒரு இரும்புத் தொப்பிக்காரனின்
சாயலில் இருப்பதாகப் பேசிக் கொண்டார்கள்
இரும்புத் தொப்பி வளர்ந்துகொண்டே இருக்கிறது.

நெடுஞ்சாலை நடனம்

இரவின் கண்ணீரென வழிந்தோடும்
நெடுஞ்சாலை ஆளரவமற்ற திசையில் கிடக்க
கனவின்
ரூபமாய்த் திரண்டவள் அசையத்துவங்குகிறாள்

தனது சிவப்பு முந்தானையை
காலடியில் புரளவிட்டுச் சுழல்கிறாள்
கலவையான ஆட்ட அசைவுகளின் பாவங்கள்
வழியற்றுக் குவிந்த வாகனவாசிகளை
மிரளவைக்கின்றன

ஊரற்ற சாலையில் யாரிவள்
இவளை அகற்றுவது இயலுமாவென
ஒருவருக்கொருவர் புலம்பித் தீர்க்க

அவளின் சுழற்சியிலிருந்தே பெருகும் காற்று
அவளையொரு சருகென அடித்துச் செல்ல
சாலை வெறுமையில் தொங்குகிறது.

கோடைத்துயில்

பருவங்களென எப்பொழுதும்
உனது நிகழ்வுகள்

பெய்தும் பொய்த்தும்
பூத்தும் காய்ந்தும்
உறைந்தும் தழுவியும்

எனதுடல்
தளும்பியும் நுரைத்தும்
பாய்ந்தும் தேங்கியும்
வறண்டும்

எல்லாக் கோடையிலும்
உனது வரவை எதிர்நோக்கி
எனதுடலில்
முட்டைகளையும் விதைகளையும்
பாதுகாத்தபடி

வசந்தத்தின் முதல் மழைக்கே
மண் நனைந்து
முளைகள் மொட்டவிழ்ந்து விடுகின்றன
மீன் குஞ்சுகள்
உடலுள் நிரம்பி மொய்க்கின்றன.

ஞாயிற்றுக்கிழமை சந்தை

உள்ளாடை வெளியாடை
உடலுக்கும் வீட்டுக்கும்
உபயோக மற்றும் அலங்காரப் பொருட்கள்
செல்போன் லேப்டாப்
வாகன உதிரிப்பாகங்கள்
மருத்துவ உபகரணங்கள்
புத்தகங்கள் . . .
பழைய புதிய
ஏற்றுமதி இறக்குமதி
சகலவிதமும் நடைபாதையில்

முன்பு ஒருமுறை சக்கர நாற்காலிகளைக்கூட
பழைய பொருட்கள் கடையில்
விற்பதைப் பார்த்தேன்

சமீபகாலமாக நிறைய இடங்களில் காணமுடிகிறது
உடல் தலையற்ற பெரிய பெரிய
பொம்மைக் கால்களையும் கைகளையும்

முழுதாய்க் கிடைத்தால் எனக்கும் ஒன்று
விளையாட வாங்கித் தருகிறாயா என்கிறாள்
என் மகள்

ஏதேனும் ஒரு திசையில்
குண்டுகள் வெடிக்கும்போதெல்லாம்
எனதுடலின் ஏதோவொரு பாகம்
ஊனமடைகிறது.

ரோஜாப்பழம்

நீ அழும்போது உன்முகம்
ரோஜாபூப்போல இருக்கிறது
அதனால்
உன்னை நான் அடிக்கடி
அழவைத்துப் பார்க்கிறேன்

பூவே இத்தனை அழகென்றால்
ரோஜா பழுத்தால் அதன்
நிறமும் சுவையும் மணமும்
எப்படி இருக்கும்

சாறூறிய உனது உதடுகளை
யாருக்குத் தின்னத் தருவாய்
மகளே
என் ரோஜாப் பழமே.

வெளி

முதல் வரியிலேயே இதை நீ செய்தால்
தொடர்ந்து செல்லும் மற்ற வரிகளிலும்
கறைபடிந்து அது உன்னைக்
காட்டிக் கொடுத்துவிடலாம் எனவே
இறுதிவரியில் என்னைக் கொலைசெய்
கவிதையின் விளிம்பிலிருந்து குருதி
வெறுமையில் சொட்டட்டும்.

வீடுகளால் ஆன இனம்

ஊரின் அனைத்து வீடுகளும்
நடப்பட்ட பெண்களென நிற்கின்றன
சாளரங்கள் கண்களாகவும் வாசல் யோனியாகவும்
யாரோ ஒரு ஆணிற்காக
ஆயுள் முழுவதும் காத்துக்கிடக்கின்றன
வயதுக்கேற்றபடித் தம் உறவுகளுக்காக

கொலைகாரன் திருடன்
குடிகாரன் துரோகி மோசடிக்காரன்
ஊழல் செய்பவன் ஏமாற்றுபவன் விபச்சாரகன்
கொடுங்கோலன் காமவெறியன்
சாதிவெறியன் மதவெறியன் இனவெறியன்
இவர்கள் யாரையும் வீடு கைவிட்டுவிடுவதில்லை
அவரவருக்கான வீடு எப்போதும் இருக்கிறது

உடல் தொட்டிலாகவும் மார்பாகவும்
உயிரும் உணவும் அளித்து
அரவணைத்துப் பாதுகாக்கப்படும் ஆண் பந்தங்கள்

ஆண்கள் வீட்டைப் புணர்வதன் மூலம்
பூமியை வளர்க்கிறார்கள்
பெண்களையல்ல
காலத்தை ஆளும் பெண்கள் வீடாவதில்லை.

நீரோடு போதல்

நீரோட்டத்தில் தலை காட்டியபடி
அண்ணாந்து மிதந்துகொண்டிருக்கிறாள்
பிறகு கைகளை நீட்டிக் காற்றை வாரியணைத்து
மூழ்கி எழ மாலை ஒளி வலையென நீருக்குள்
பரவுகிறது

குட்டிமேகங்கள் திட்டுத் திட்டாக
நகர்ந்துகொண்டிருக்க
சூரியன் ஒவ்வொரு மேகத்திற்குள்ளும்
மறையும்போது
மூழ்கித் தரைதொட்டு ஒருபிடி மண் அள்ளி
கரையில் வைத்துத் திரும்புகிறாள்
மேற்கே கரையொதுங்கும் சூரியனை
தவிர்க்க மீண்டும் மூழ்குகிறாள்
நீருக்குள் புதைவதில் உள்ள சுகமும் இதமும்
தாய்ப்பாலுக்குள் நிகழ்வதெனக்கொண்டு
அடி மண்ணைத் தொடுகிறாள்
வீடு திரும்பும் நினைவறுந்து

சந்தடியற்ற ஆறு அவளால் நிரம்பி
வழிந்து கரை தாவுகிறது.

படுகளம்

முன் இரவின் இறக்கத்தில்
நமது வாசலைக் கடந்து
இருட்டின் எல்லையை
நூல் பிடித்து வெளியேறுகிறோம்
அகன்ற வீதிகளை நோக்கி

தெருவிளக்குகள் எங்கோ ஒளிதெறிக்க
நமது நிழலின் முன்பின்
ஆட்டங்களில் தடுக்கிக்கொள்கிறோம்
இடுப்பில் துணிமூடிய சட்டியுடன்
நாய்கள் அங்கொன்றும்
இங்கொன்றும் குரைத்துப் பார்க்கும்
பழகிய வாசனை பிடித்தடங்கும்

அவரவர் தெருக்களில் அவரவர்
பிரிகிறோம்
குடித்தனக்கார
ஆண்டைகளின் வாசலை நோக்கி

தெரு வாசலில் வெளிச்ச
சட்டத்துக்கு அப்பால் நின்று
குரலெடுப்போம்
அம்மா அன்னம் போடுங்க
கூடப்படிக்கும் பொடிசுகள்
எட்டிப்பார்த்துவிட்டுச் செல்லும்

ஏகாலி வந்திருக்காம்மா...
அம்பட்டன் வந்திருக்காம்மா...
தோட்டி வந்திருக்காம்மா...
சக்கிலி வந்திருக்காம்மா...
படியாளு வந்திருக்காம்மா...
குடிப்புள்ள வந்திருக்காம்மா...

ஏண்டி உன் அப்பன், ஆத்தா வரலியா
ஒனக்கு நேரங்காலமே தெரியாதா
இப்பத்தான் சாப்பிடப்போறோம்

இருட்டுல நின்னு பூதங்காக்காதே
தோட்டத்துப்பக்கமா வந்து
ஓரமா நில்லு

ஐயா...
தஞ்சம் கொடு
உணவு கொடு
தண்ணி கொடு
வேலை கொடு
மண் கொடு
வாழ்வு கொடு
உயிர் கொடு
கொடு... கொடு... கொடு... கொடு...

வரிசைகள் நீண்டுகொண்டே
இருக்கின்றன

உடலே பெரும் பிச்சைப் பாத்திரமாக
வாய்பிளந்து நிற்கிறோம்
எல்லாக் காலங்களுக்குள்ளும்

எல்லாத் தர்மங்களும்
நமது பாத்திரத்தில்
இடப்படுகின்றன
அவை ஒரு பழகிய
விலங்கெனப் படுத்திருக்கின்றன.

இடம்

கடல் மீது ஒரு பறவை
தனது பழைய தீவைத் தேடிச் செல்கிறது
தீவு இதுவரை அறிந்திராத
புதிய தானியத்தை விதைக்க
அலகில் முற்றிய கதிரோடு
மண்வாசனையை ஞாபகம்கொண்டு

பறவைக்கும் தீவுக்குமிடையே
ஆறாத கதிரொளி.

நீரின்றி அமையாது உலகு

மழைத்துளிகளெனக் கண்களிரண்டும்
உருண்டுகொண்டிருக்கின்றன

அருவியெனக் கூந்தல்
வழிந்துகொண்டிருக்கிறது

நதியென உடல்
வாழ்வைக் கடந்துகொண்டிருக்கிறது

கடலடைந்த கணத்தில்
எல்லையற்றதாகிச் சுழல்கிறது
உடலுலகு.

அருட்பெருஞ்சோதி

நெருப்பைத் தொடும் ஆவல்
எல்லா உயிரினத்திற்குமுண்டு
நெருப்பைத் தொட்டு வளர்த்தவள் நீ

நெருப்பு
அணைந்த பூமியில் உருவாக்கப்பட்ட
முதல் நெருப்பு
இன்றுவரையிலும் உன் உடலின்
வெம்மையோடு நீடிக்கிறது

ஒவ்வொரு துளி நெருப்பிலும் நீ

தீ பெண்ணிலிருந்து பிறந்ததென்பாள்
என் தாய்

எனக்குள் தீயைத் தொட்டறியச் சோதித்தேன்
யோனி தகித்தது.

வானத்தைக் கோர்த்துக்கொண்டிருப்பவள்

குஞ்சு வெளியேறிய பின்
உடைந்த ஓட்டிற்குள்
வானம் நிரம்புவதென
எல்லாவற்றிற்குள்ளும்
ஆசை நிரம்பிவிடுகிறது

வலசைப் போகும் சிறகசைப்புகளில்
சிதறிக் கொட்டிய வானத் துண்டுகளை
என் மகள் கோர்த்துக்கொண்டிருக்கிறாள்

புதிர் விளையாட்டாக
கைகளில் நீலம் ஒட்ட.

அறுந்த வால்

எனது கனவில் சிறுபூச்சியாய்
சுவரில் ஊர்ந்துகொண்டிருக்கிறாய் நீ
வாய்பிளந்து உன்னை விழுங்க வருகிறேன்
அசைவின் அதிர்வில் சுதாரித்து
அறையளவு புடைத்தெழுந்து
என்னைக் கால்களால் கவ்வியிழுக்கிறாய்
திமிறலின் பலத்தில் எனது இடது மார்பு
பலூனாகப் பெருத்து வெடிக்க
அதிர்ச்சியில் விலகுகிறாய்
உனதருகில் எனது வால் துடித்துக்கொண்டிருக்கிறது

வாலற்ற என்னுடலைத் தேடிக்கொண்டே
உனது உண்டியலில் அறுந்தவால்களை
இன்னும் சேமித்துக்கொண்டிருக்கிறாய்
முளைத்து உன் முன்னே
அசைந்துகொண்டிருப்பது தெரியாமல்.

ஒளியை அறுவடை செய்யும் பெண்கள்

நதி கலைந்த கருவெனப் பிசுபிசுத்துக் கிடக்க
நிலவை மறைத்து நிற்கும் தாழங்காடு

இருளை முக்காடிட்டு
அரிவாளும் சுரடுமாக நடப்பர்
ஆற்றங்கரைக்கு

பாம்பு தீண்டி இறந்தவளின்
நினைப்பு வந்தாலும்
அல்லாவே என்றபடிதான்
தாழையை இழுத்தறுப்பர்

புதர் அசைய அசைய
முள் கீறி நீரில் சிதைந்து கசியும் நிலா
தாழையோடு நிலவை அறுத்துக் கட்டி
தாயைக் காவல் வைத்து
மறைவில் மலம் கழிக்கும் மகள்

இரவுக் காற்றில்
பாம்பென நெளிந்து அசையும் தலையுடன்
வாழ்ந்தகதை இழந்தகதை பேசித்திரும்புவர்

சிலர் பறி முடைய
பகலைக் கண்டு அறியாத
மணமாகாப் பெண்கள் நிலவைக் கிழித்து
பாய்பின்னி மஞ்சள் ஒளியை
அறைக்குள் நிரப்பி உறங்குவர்.

ஓணான் கொடி

கோபித்துக் கொண்டு செல்லும்
தன் தாயைப் பின்தொடர்ந்து செல்கிறாள் மகள்
ஒரு நிலையில் தாய் மறைந்து போக
குருட்டு வழி தன்முன் விரிந்து கிடக்க
குழம்பித் திரும்புகிறாள்
அழுதுகொண்டு வந்தவழியே
பெயர் தெரியாத புதரும்
மரங்களுமாய் நீண்டு செல்கிறது
பாதை முழுவதும் கூடு திரும்பும்
பறவைகளின் இரைச்சலுடன்
நீண்ட நேரமாய் மறைந்துகொண்டிருக்கும்
அடிவானச் சூரியன்
ஆடாதொடைப் புதரின் மேல்
வினோதப் பச்சையில் வலைபோல் விரிந்து
இழை நரம்புகள் அந்தரத்தில்
ஊசலாடத் தளும்பிக் கொண்டிருக்கின்றன காற்றில்
வேரற்ற அதன் விசித்திரப் பச்சை
அவளைக் கவர
பறித்துத் தனது சீட்டிப் பாவாடையில்
கட்டிக்கொண்டு வீடு திரும்புகிறாள்

தனது தோட்டத்து வேலி முழுவதும்
நூல் நூலாய் எடுத்து இறைக்கிறாள்
தோட்டம் தனிப் பச்சையில் ஒளிர
ஊரார் அனைவரும் அதிசயித்து

ஆசைக்குக் கொஞ்சம் அள்ளிச் சென்று
இறைக்கின்றனர் அவரவர் தோட்டத்தில்
எல்லோரும் அதன் அழகிய வண்ணத்தில்
உடல் மென்மையிலும்
வேரற்ற அதன் வாழ்வின் ரகசியத்திலும்
பின்னிக் கிடந்தனர்
பல மாதங்கள் கழித்து
பொங்கலுக்கு
அம்மாவை அழைத்து வந்தார் அப்பா

தோட்டத்தைப் பார்த்துவிட்டு
ஒரு மல்லிகைக் கொடியாவது நட்டிருக்கலாம்
காய்க்காமல் பூக்காமல்
என்னத்துக்கு என்றாள் அம்மா

ஊரே புதுப் பச்சையுடன் இருந்தது
வேறு எந்த நிறமுமில்லாமல்
சலிப்பும் அலுப்பும் பெருகி
வேரற்ற கொடியை ஒட்டடைபோல்
வழித்தெறிந்து வீச
மரம் செடிகளெல்லாம் பட்டு
மண்ணில் கட்டைகளாய் நின்றன.

மழைப் புத்தகம்

அவளுடைய கண்களிரண்டிலும்
தெரிந்தன கோளகைகள்

அம்மா நீ எத்திசை நோக்கிச் சுழல்கிறாய்
அம்மா நீ பேரண்டத்தில்
அடங்கியவளா சொல்

அவள் கண்களிலிருந்து
மழை பொழிந்தது
நூலகம் நனைகிறது
காலமெல்லாம் நூல்களிலிருந்து
பெய்யும் மழை என்ற சிந்தையோடு.

அமுதும் நஞ்சும் கலந்த கிண்ணம்

வெள்ளிக்கிழமை புலரும்போதே
தாபத்தின் ஆயிரமாயிரம் விழிகள் திறந்து
செம்மஞ்சள் ஒளி உடல்களைத் தழுவ

விடியலில் ஈரம் சொட்டும் கூந்தலும்
தளும்பும் மோகமுமாய்
சிலர் அங்கு வளைய வர
கண்களில் காமம் நுரைத்து நீர்வடிய
ஆண்கள் ஊரெங்குமலைய

ரணங்களையும் தழும்புகளையும்
வெற்றிலையுடன் சேர்த்து மெல்லும் கிழவிகள்
தங்களுக்கு வாய்த்த பீடிப்புகையையும்
புளித்த கள் நெடியையும் சபித்தபடி
நினைவுகளைத் துப்பிக் கறையாக்க

அமுதும் நஞ்சும் குழைத்த
கிண்ணமாய் அன்றைய பொழுது மாறும்

கசந்து பிரிந்த ஜோடிகள் இணையவும்
கள்ளப் புணர்ச்சிக்கும் சோரம் போகவும்
கோயில் மண்டப மறைவுகளும்
சந்து பொந்துகளும் ஆயத்தமாக

திட்டங்கள் ஏதுமற்ற தனியர்கள்
தலையணையைத் தழுவிச் சலித்துறங்க

இரவுமுறை வேலைக்குச் செல்லும்
இன்னும் சிலர் தங்கள் கருப்பைகளில்
நஞ்சை நிறைத்துக் கொண்டு திரும்புகிறார்கள்.

எலிகளை ஈனும் இக்கோடைக்காலம்

மடிநிறைய மாங்காய் பறித்து
மடை பிளந்து நண்டு பிடித்து
உச்சி வெய்யிலில் ஆற்றைக் கலக்கித் திரும்புகிறோம்

நீர்கோர்த்த உடலைத் துடைத்து
களியும் கருவாட்டுக் குழம்பும் பிசைந்து
தருகிறாள் அம்மா களத்துமேட்டில்
ஏதோ காலைக்கடிக்க விழிக்கிறேன்

பசி பொறுக்காமல்
காலுதறி அழும் தங்கையை
பொட்டலில் எலிகளைச் சுட்டபடி
சிம்பெடுத்து விரட்டுகிறாள்

மயிரும் சதையும் கருகும் நாற்றம்
குடலைச் சுருட்டி வாய்வழியே தள்ள
பச்சை கைவிட்ட மண்ணில் சரிகிறேன்

சுற்றிலும் பரவிய வெடிப்பிலிருந்து
ஊற்றெனக் கிளம்பிய எலிகள்
என்னை நோக்கிப் பாய்ந்து வருகின்றன.

நிச்சயிக்கப்பட்ட பாலை

நமது பேச்சுக்குள்ளும்
கதைக்குள்ளும் துர்ச்சகுனமாய்
உறைந்து போனது

மேசையின் மீது
மரச்சிற்பமாய் அமர்ந்துள்ளது
அயலார் ஒருவரால்
பரிசளிக்கப்பட்டு

இதய வடிவ முகமும்
கூரிய வளைந்த நாசியும்
அறிவும் வசீகரமும் கவிந்து
பகலைக் குருடாக்கும் ஆந்தையின்
அதி நுட்பமான ஆற்றல்
நீயோ நானோ
கணிக்க முடியாதது

ஒரு சிறகை மட்டும் விரிக்கிறது
நேர்த்தியாக அடுக்கப்பட்ட
அழகிய பனைவிசிறி இறகுகள்
மறு சிறகையும் விரிக்க
மேசையைத் தாண்டி
அறையைத் தழுவி நீள

என்னை அறைந்து வெளியேறுகிறது

ஆந்தையும் கழுகும் மேற்கின்
கரையில் அமர்ந்து
இரவையும் பகலையும்
தமக்குள் பங்கிட்டுக் கொள்கின்றன
அவை விரும்புவது என்னவோ
அழகிய உடல்களைத்தான்

அவற்றின் சாகச எல்லைக்குள்
உன் மூலமோ என் மூலமோ வீழ்த்தப்படும்
உடல்களைத்தான்.

இஷ்ட தேவதையும் பாழ்மண்டபமும்

நான் இளைப்பாற எப்பொழுதும்
தழைத்து நிற்பதாகக் கூறித் திரியும் நீ

மனக்கிளை வௌவால்கள்
கசாப்புக்கடை முகப்பை
நினைவுறுத்தித் தொங்கியபடி
எனது அசைவுகளை அளந்து கொண்டிருக்க
உனக்குள் அவற்றிற்கான வாழிடத்தை
அழகாக ஒதுக்கித் தந்திருக்கிறாய்

அதில் சில உனது வார்த்தைகளாய்
வெளியேறி முகம் அறைய
இருள் கவிந்து விலகும் என்னை
உனது விழைவுகளின்
ஆயிரமாயிரம் வாய்கள் பிளந்து
விழுங்குவதற்கு முன்
அவ்விடம் தவிர்த்து மீள்கிறேன்

வேர்கள் பிதுங்கிய பாழ்மண்டபமாய்
உடலதிர்ந்து நடுங்கிக்கொண்டிருக்கிறாய்

உன்னிடம் வந்துவிடுமாறு அழைத்திருந்தாய்
இல்லையென்றால்
மரணம் உன் அழைப்பின்
விருந்தினராய் உணவருந்தும் என்றாய்

வன தேவதைகள்
கோட்டையையோ பாழ்மண்டபத்தையோ
தேடி அடைவதில்லை.

ஊடல்

கண்ணீர்
நிலத்தில் வேர் தரிக்க
உன் முகம்
மழைத் தாவரமென ஒளிர
கைகொள்ளா நீர்த் துளியெனத் தளும்பிச் சிலும்பி
என் அணைப்பிலிருந்து விலகிச் செல்கிறாய் நீ

இமைச் சவுக்கு பனித்து உதிரும்
பாதரச மணிகளை அள்ளியதில்
உன் பிம்பம் கண்டு
என் உயிர் இதோவென
கைக்குள் மறைக்க முயல
தாவிவந்து அணைத்துக் கெஞ்சுகிறாய்
உன்னை உன்னிடம் தந்துவிடுமாறு
முன்பு ஏதோ கேட்டு அழுததின்
காரணம் மறந்து

நிலமெல்லாம் நீ சிந்திய கண்ணீர்
பூவென மலர்ந்து நிற்க
மீண்டும் என் உடல்
வாய் திறந்து உன்னை
உள்ளிழுத்துக்கொள்கிறது.

அமைதியின் கரையில்

புலருதலின் சிறுபொழுதில்
புற்கள் பனி சுமக்கின்றன
பறவைகள் தானியம் கவர்ந்து பறக்கும்
செங்குருதி கேட்காத மண்ணில்
நிறமற்ற நீர் சலசலக்க
ஓலமற்ற காற்று
என்னை அழைத்துச் செல்லும்
நீ இல்லாத நம் வீட்டுக்கு
நினைவுகள் கொத்திப்பிடுங்க.

மருத்துவமனையில்

வீறல் கண்ட வானம்
உதிர்ந்துகொண்டிருக்கிறது
இத்தனை பெரிய ஓட்டிற்குள்ளாகவா
நான் இருக்கிறேன்

எனக்குப் பிரசவம் பார்க்கும்
செவிலியர்களுக்கு
கலவரப்பட்டு கத்துவதா
பரவசப்பட்டு துள்ளிக் குதிப்பதா
பிடிபடாத நிலை
எனது உடலிலிருந்து வெளிவந்து
ரத்தப் பிசுபிசுப்போடு
என்னைத் தலைதூக்கிப் பார்க்கிறது
சொன்னால் நீங்கள் நம்புவீர்களா
எனத் தெரியவில்லை
உண்மையாகவே
ஈரமான சிறகுகளோடு
என் குழந்தை

எனது அடிவயிற்றில்
அதன் ஒருபக்கச் சிறகை
விரித்து உரசுகிறது
உண்மையாகவே.

தப்புச் செடி

கட்டட விரிசலில் வேரோடும் மரமென
கசந்த நிகழ்வுகளைக்
களையக் களைய
மீண்டும் தரிக்கும்

பிடுங்கி எறிய இயலா
சுவரெனத் தவிப்பு

ஊன்றிக் கொள்ள
ஒரு பிடி நிலமற்ற அதன் அவலம்
வேர்களாய்ப் பரவிப் பிணைக்க
விரிசல்களில் நடுங்கும் நகரம்
செங்குத்தாக நீளும் மனசெங்கும்
வேர்கள் வழிந்து அசைகின்றன.

அருவம்

ஆளற்ற வீட்டில்
உனது உடை தொங்கிக்கொண்டிருக்கிறது
எந்தவொன்றையும் அதனுடன் பேசி
எல்லாவற்றையும் துவங்குவது புதிதல்ல

வீட்டின் எந்த மூலையில் இருந்தாலும்
அல்லது
உள்ளும் வெளியிலும்
பின்தொடருவதைப் பொருட்படுத்துவதில்லை

குளியலறையில்
வெளவாலின் நாற்றத்துடன்
புளித்த கவிச்சியை நிறைத்தபடி
தொங்கிக் கொண்டோ
அல்லது
மோகத்தின் காளான் பூக்கும் பொழுதுகளிலோ
அதன் இருப்பு மிகுந்த
அருவருப்பைத் தரும்

அதன் கட்டளைகளைத் தவிர
மௌனம் அதிகக் கலவரப்படுத்த

பூதவுடல் அனைத்தையும் அடைகாத்தபடி.

மரணங்கள் உருவாக்கப்படுகின்றன

விசும்பல்களும் குமுறல்களும்
ஒரு பாளை பூக்காமல் இருக்க
போதுமான காரணங்களைச் சுமக்கின்றன

கதறலும் ஓலமும்
அடுத்த மரணத்திற்கான
போதுமான காரணங்களைச் சுமக்கின்றன

நீயோ நானோ
ஒரு கொலையாயுதத்தின்
விசையில் விரல்பொருத்த
போதுமான காரணங்களைச் சுமக்கிறோம்.

உறக்கம்

இரவு கரும் நஞ்செனக் கவிகிறது
என் மீது
என்றாலும் எந்த விரோதமும்
இல்லை அதனுடன்
துளி மீதமின்றித் துடைத்தெறிந்துவிட்டு
விடியலில் சற்றுப் புரளும்பொழுது
கவனிப்பையும் மீறி
நஞ்சு கலந்த பாலாகிவிடுகிறது ஒரு பகல்
எதைக்கொண்டு கடைந்தாலும்
நஞ்சு மட்டுமே நுரைத்துத் தளும்புகிறது
நாள் முழுவதும்

தொடரும் இரவு
உறக்கத்தைக் கொடையளிப்பதில்லை
என்றாலும் எந்த விரோதமும்
இல்லை அதனுடன்
ஒளிப் பருந்து
உறக்கத்தைக் கோழிக்குஞ்செனக்
கவ்விக்கொள்கிறது
போகும் திசையெல்லாம்
இரவை எச்சமிட்டுச் செல்லும்
அதன் கால்களுக்கிடையில் சிக்கியது
என்னுடையது மட்டுமல்ல.

என் காதலன்

பல பருவங்களாக
என்னோடு ஊடல்கொண்டு
இருந்துவிட்ட உன் நினைவின் ஊற்றை
மறதி பூசி மெழுகியிருந்தேன்

பருவம் தப்பிய வெம்மைக்குள்
குப்புறப்படுத்துக் கைதவறிய பொழுதுகளாகிய
உன்னை
எனக்குள் நீந்தவிட
புலன்களின் தூண்டிலுக்குள்
சிக்காமல் போய்க்கொண்டேயிருக்கிறாய்

ஏதோ ஒரு கணத்தில் ஊடல் மறந்து
உன் பெயரை அதன்
முழு அர்த்தத்தோடும் உச்சரித்துவிட
நான் உன்னை அழைத்ததாக நினைத்து
நீ எனக்குள் சுழன்று சுழன்று
திசையெல்லாம் எழுகிறாய்

நான் முழுப்போகத்தின்
களைப்பில் அயர்ந்திருக்கிறேன்

மழையே
என் உயிர் நீயே.

நீரின் உருவம்

ஒரு துளிதான்
ஓடும்போது துளியல்ல
நதி

ஒரு துளிதான்
என்றாலும்
கடல்

ஒரு துளிதான்
என்றாலும்
உலகு

நீரின்றி அமையாது
உலகு.

சபிக்கப்பட்ட நிலம்

வீட்டில் உள்ள கண்ணாடிகள்
ஒன்றன் பின் ஒன்றாக
சிறுவர்களால் உடைக்கப்படுகின்றன
பெற்றோர் தமது
நிறங்களை இழந்து
யாசிக்கின்றனர் மண்டியிட்டு
தம் நிறங்களைத் திரும்ப வேண்டி

கனவுகளின் வண்ணங்களை இறைத்து
பாலைவனம் முழுவதும்
தமது பூந்தோட்டத்தை வளர்த்து
அதன் வாசத்தில் மயங்கித்
திரிகிறார்கள் சிறுவர்கள்

எரிக்கும் மணல் புயலில்
மரிக்கும் தமது கால்நடைகளுக்காகவும்
உடன் பிறப்புகளுக்காகவும்
மீண்டும் மீண்டும் மண்டியிட்டுத் தொழுகிறார்கள்
கொஞ்சம் ஈரம் வேண்டி
வானம் தன் எச்சிலைக்கூட
கீழே சிந்தாமல் பார்த்துக் கொள்கிறது

எஞ்சிய உயிர்களைக் காப்பாற்றிக் கொள்ள
திசைமாறும் உறவுகளை இழந்து
வழி தவறும் சிறுமி
தனது ஊரையே சுற்றிச் சுற்றி வருகிறாள்
நாடோடிகள் வலிந்து அழைத்தும்
தோண்டத் தோண்ட நிலம்
காய்ந்த பிணமென
வயிறு பிளந்து மல்லாந்திருக்க
தோண்டிக் கொண்டேயிருக்கிறாள்
ஜீவிதத்தின் ஒரு மிடறுக்காக

களிமண்களில் பதிக்கப்பட்ட
கண்ணாடித்துண்டுகள் பூத்திருக்கின்றன
வாடாமல் தன் வண்ணத்துப்பூச்சிகளுக்காக.

கண்ணாடியின் ஆழமும் கரையும்

தீண்ட முடியாத ஆழத்தில் மூழ்கி மூர்ச்சையாகி
மேலே மிதக்கும் எனது
விழைவுகளைப் பொறுக்கி எடுத்து
சற்றே ஆசுவாசப்படுத்தி மீண்டும்
உன் முன் வைக்கிறேன்

முடிவுறாத கரையைத்
தொட்டறிய

சட்டமிடப்பட்ட நீராகி
சுவரில் தொங்குகிறாய்
செங்குத்தாக.

அகதி 2

பனைத்தேக உடல் கழனி
எண்ணெய் காணாப் பரட்டைத்தலை வண்டல்
வெயில் பொசுக்கிய கைரோமப் பொட்டல்
முலைப்பால் அலைக்கரை
கண்மணி கரிசல் நிலம்
வெற்றிலைக்காவி படிந்த வாய்ப்புற்று
யோனி செம்புலம் தகிக்கும் காணி
மஞ்சள் பூசிய பாதங்களாய்த் தரிசு
விதவிதமாய்
இன்னும் பலவிதமாய்

நான் விதைக்கவோ
என்னை விதைக்கவோ
எந்த மண் இடம் தரும்.

விண்மீன்

எனது கண்களினால் கணக்கிட்டபடி
சப்த ரிஷி மண்டலத்திற்கு இடப்பக்கம்
பதினாறாம் அடியில்
மிக அருகருகே இரு விண்மீன்கள்
காளியின் கண்களைப் போல என
அப்போதைய இளவயதில் எண்ணியதுண்டு
எந்த ஊர் சென்றாலும் இரவில்
அந்த இரு கண்களைத் தேடிக் காணாமல்
இருந்ததில்லை
ஓரிரவு தவறினாலும் மறுநாள்
மனசெல்லாம் ஒருவித வெறுமைகூடும்
மறந்துவிட்டேன்
காலங்களில் என்றோ அந்த விண்மீன்களை
நேற்றிரவு எதையெதையோ அசைபோட்டபடி
இருந்த நான்
சாளரத்தின் வழியே இரு கண்கள்
என்னைப் பார்த்து இமைத்தபடி இருக்க
சிட்டுக் குருவியின் அடிவயிற்று இறகு
வெதுவெதுப்போடு எனக்குள் நீந்தத் தொடங்கியது
மொட்டைமாடிக்குச் சென்று பார்த்தேன்
நிலா அற்ற வானத்தில்
அந்த இரு விண்மீன்கள்
அதே இடைவெளியில் அல்லது நெருக்கத்தில்
ஆனால் தம்மைச் சுற்றிப் புதிய குஞ்சுகளோடு

விண்மீன் என்றால் கவிதை
நட்சத்திரம் என்றால் வெறும் நட்சத்திரம்தான்
மற்ற எந்த மொழியிலும்.

வேம்பாயி

பெண்வாசனை வேம்புக்கு
வேப்பமணம் காற்றெல்லாம்

கோடையில் தழைத்துப் பூத்துக்குலுங்கும்
முதல் மசக்கையின் பூரிப்போடு வேப்பமரம்

பச்சை அழகு
பூமி கண்திறந்தால் பச்சை

சிறுவயதில் அடிவேப்பமரத்தில்
கட்டியிருந்த மஞ்சள் ஆடைக்குள்
கைவிட்டுத் தொட்டுப்பார்த்தேன்
அடிவயிறு வெம்மையாக இருந்தது
காது பொருத்திக் கேட்டேன்
உயிர் அசையும் முனகல் கேட்டது
இது அம்மாவின் வயிறு.

சூரியனுக்குக் கீழ்

மணலில் புதையப் புதைய
பாதை நீளும் பரந்த மணற்படுகை

பாதங்களின் கீழ்
மணல் காந்தமாய் என்னைக்
கவ்வி நழுவுகிறது
குட்டைச் சவுக்கும் முந்திரிக்காடும்
பச்சையலையடித்து நிற்கின்றன
எதிரே கடல் அடர்நீலத்தில்
குழந்தையின் கையில் கிடைத்த
தண்ணீர்க் குவளையென
தளும்பிக்கொண்டிருக்கிறது

என் நிழல்மேலே அடிவைத்து
பாதம் பொறுக்கப் பொறுக்க ஓடிவந்து
முந்திரிப் புதருக்குள் நுழைகிறேன்
பட்டுப் போன்ற வழவழப்பில்
கால்களைக் கூசவைக்கும் சந்தன மணல்
கோழிக்குஞ்சைத் தடவுவது போல்
கைகள் அலைந்து கொண்டிருக்கின்றன
இந்த இதத்தையும் குளிர்ச்சியையும்
யாரிடம் சொல்லும் மணல்

அடர்த்தியான இலைகளுக்குள்
ஒளி பெய்கிறது
எல்லா முதல் கிளைகளும்
தரை தட்டியே வளர்கின்றனவே ஏன்

போன மாதம் செல்லம்மா
அங்கிருக்கும் கோண மரத்தில்
உட்கார்ந்தபடியே தூக்கிட்டுக் கிடந்தாள்

குட்டைச் சவுக்கிலிருந்து மாடுகள்
வீடு திரும்பிக்கொண்டிருக்கின்றன

ஊத்துக் குட்டையில்
இறங்கித் தெளிந்த நீரைக் கலக்கி
முகம் அலம்புகிறேன்
பானை சிறு ஒலியுடன்
நீருக்குள் அமிழ்கிறது

ஒரு மீன் குஞ்சு
துள்ளி எழுந்து நழுவுகிறது
அந்தரத்தில்.

மழை வேட்டை

பல நாட்களாக எனது அறைக்கு
வெளியிலேயே நின்றுவிட்ட
கரையும் அதைத் தாண்டிய ஊரும்

விடாமல் பெய்யும் மழை
முற்றுகையைக் கிழித்துக்கொண்டு
வெளியேறுகிறேன்

தளும்பும் ஒரு புள்ளியென நினைத்து
மழை என்னைக் கரைக்க முயல
நானோ எனக்குள் மழையை
மறைக்க முயல
ஒரு சொட்டும் வெளியில் சிந்திவிடாதபடி
அண்ணாந்து வாய்திறந்து குடிக்கிறேன்

மழையோ ஒரு சொட்டும் என்னை மீறி
குறிதவறி வெளியில் சிந்திவிடாதபடி
சுற்றிச்சுற்றி அடிக்கிறது

கடலாய்ப் பெருகி நின்று
நானாய்த் திரும்புகிறேன்
மீண்டும் எனது அறைக்கு.

குருவி

முதல் குண்டு விழுந்தபோது அந்தக் தாய்க்குருவி
அவயத்தில் இருந்தது
தனது முட்டைகளில் செயற்கையாக
வீறல்கள் விழுவதுண்டு கலவரப்பட்டது
கட்டடங்கள் சரிந்துவிழும் பேரிரைச்சல்களினூடாக
ஓடுகளைத் திறந்துகொண்டு தனது
குழந்தைகள் வெளிவருவதைக் கண்டு
மேலும் பதற்றம் கூடிய அது
பறந்து சென்று இரை பொறுக்கிவரப் பயந்தது
குழந்தைகளின் ஈர உடம்புகளில்
சிமெண்ட் புழுதிகள் படியத் தொடங்கின
தனது கூடு நிலைத்திருப்பது பற்றிய
நிச்சயமற்றிருந்த தாய்
புழு பூச்சி தானியமணிகள் தேடி வெளிச் செல்ல
நகரமெங்கும் இடிபாடுகளுக்கிடையில்
ரத்தம் கசிந்து கொண்டிருந்தது
கவச வாகனங்களும் இரும்புத் தொப்பிகளும்
இயந்திரப் பறவைகளும் நகரத்தை
சுற்றி வளைத்திருப்பதைக் கண்ட தாய்ப்பறவை
வெறுங்கையோடு கூட்டுக்குத் திரும்பியது
பசிகொண்ட குழந்தைகள் அம்மாவைக் கொத்தின
அம்மாவுக்கு அழுகை முட்டிக்கொண்டு வந்தது
நீர் கோத்த அதன் கண்களுக்கு எட்டும் தூரத்தில்
ஆயுதத்தைப் பற்றியபடி அறுந்து விழுந்த
ஒரு மாமிச உறுப்பு சில நாட்களாக
அழுகிக்கொண்டிருப்பதை
மீண்டும் பார்த்தது பசியின் நடுக்கத்தோடு.

ஔவையிலிருந்து ஔவைவரை

ஔவையின் மகள் நான்
பல காலங்களையும் வெளிகளையும்
பலவித உடல்களினூடாகக் கடந்து
சென்று கொண்டிருக்கும் ஔவையின்
மகள் நான்

ஔவையின் யோனி விரிந்து
இரண்டாயிரமாண்டு கால வெளியையும்
மொழி வெளியையும் உள்வாங்கி
என்னைப் பிதுக்கித் தள்ள
என் நகத்தாலேயே தொப்பூழ்க் கொடியைக்
கிள்ளித் துண்டித்துவிட்டு
குருதியீரம் காயாமல் நடந்து போகிறேன்

நான் மழலை
என்னைத் தூக்கி அமுதூட்ட
என்னெதிரே நின்று தவிக்கிறது
பால் சுரப்பு அடங்காத முலையிரண்டு

நிலவுக்குள்ளிருந்த என் முதல் ஔவை
இன்றைக்கும் எனக்கு
கதை சொல்லிக்கொண்டிருக்கிறாள்
திசையெல்லாம்
ஔவை மொழி வெளிச்சம்.

கடவுளைச் செய்பவள்

ஆட்டம் ஒரு கட்டத்தில் அலுப்புத்தட்ட
ஒவ்வொருவராக விலகி
அவரவர் வீடு திரும்பினர்
எல்லா விளையாட்டுப் பொருட்களையும்
மீண்டும் அட்டைப்பெட்டிக்குள்
வைத்துக் கொண்டிருந்தாள்
சிறு முகமாற்றத்தோடு எழுந்து வந்து
அம்மா என் கடவுளை யாரோ
திருடிவிட்டார்களென
கண்களைக் கசக்கியபடி எதிரே நின்றாள்

கடவுள் யாருக்கும் சொந்தமில்லை
எனவே அதைத் திருடுவது
எனச் சொல்வதில் பொருளுமில்லை
உனது களிமண்ணால்
உனக்கான கடவுளை
நீயே செய்துகொள் அல்லது
ஒரு வெற்றுத் தாளை எடுத்து
வரைந்துகொள் என்றேன்
கடவுளின் நீளம் அகலம் உயரம்
என்ன எனக்கேட்டாள்
உனது கைப்பிடியளவு என்றேன்
உருவாகப் போகும்
கடவுளைப் பிசையத் தொடங்கினாள்.

அலைகள்

ஜன்னலைத் திறந்தால்
கடல் தெரியும் வீடு

காற்று சுழன்று போன பாதையில்
குறுக்காக விழுந்துகிடக்கும் மரத்தில்
சிதைந்த கூட்டில் இரண்டொரு குஞ்சுகள்
இரை பொறுக்கப்போன தாய்
மாலை திரும்பிவந்து மரத்தைத் தேடும்

ஜன்னலைத் திறந்தால்
கடல் தெரியும் வீடு

கணிணியைத் திறக்கிறேன்
இன்று வந்திருக்கும் மின்னஞ்சல்களை வாசிக்கிறேன்
கவித்துவமான ஒரு வரி
மற்ற எல்லாவற்றையும் மறக்கடித்துவிடுகிறது
தெய்வம் போலத் திடீரென மழை கொட்டுகிறது

ஜன்னலைத் திறந்தால்
கடல் தெரியும் வீடு

பேருந்தின் ஜன்னல் வழியே
மலை கடந்துகொண்டிருக்கிறது
பாறை விளிம்பில் நின்று தாவி
கொழுந்தைத் தின்ற அந்த ஆடு
யார்யாருக்கோ உணவாகியிருக்கும்

ஜன்னலைத் திறந்தால்
கடல் தெரியும் வீடு

யாரோ யாரையோ திட்டிக்கொண்டிருக்கிறார்
வாகனங்கள் விரைந்து நிறுத்தப்பட்டு
மோதிக் கொள்ளும் சப்தமானது
தேனீர்க் கடையின் திரைப்படப் பாடலிலிருந்து
கவனத்தை மாற்றுகிறது

ஜன்னலைத் திறந்தால்
கடல் தெரியும் வீடு

திருப்தியான சம்போகம் கொண்ட
உடல்களிலிருந்து பரவும் வாசனை
பக்கத்து வீட்டில் கொதிக்கும்
மீன் குழம்பின் மணம்
யார் வீட்டுத் தொலைபேசியோ
ஒலித்துக் கொண்டிருக்கிறது

ஜன்னலைத் திறந்தால்
கடல் தெரியும் வீட்டில்
கண்ணாடித் தொட்டிக்குள்
நீயும் நானும் மீன்கள்.

நீலி

வார்த்தைகளின் பேரரசி

1

வேறொருவனுடன் உன் தோழி
வேறு நிலத்துக்கு
இடம்பெயர்ந்த பிரிவுத் துயரத்துள்
குதிரை வண்டியின்
லாட ஒலியும் புழுதியும்
அடங்கும் முன்னே
ஸாபோ
ஒரு ஜாடி திராட்சைரசம்
குடித்து மயங்கியிருக்கலாம்
முகமற்று ஒலிக்கும்
தூரத்துக் குழலிசையைக் கேட்டபடி
ஆலிவ் மலைச்சரிவில்

2

சினைக் கெளுத்திகளை விழுங்கும்
வெள்ளைக் கொக்குகள் பாவம்
புன்னைமர நிழலில்
பொரித்த உளுவைமீன்களுடன்
கள்ளுண்ட நாம்
கொக்குகளை விரட்டித் திரிவோம்
வெள்ளிக்கெண்டைகள் பாயும் மதகடியில்
வெள்ளிவீதி
உனது மடியில்
நானும் படர்ந்திருப்பேன்
முகமற்று ஒலிக்கும்
தூரத்து யாழிசையைக் கேட்டபடி
சினைக் கெளுத்திகளை விழுங்கும்
வெள்ளைக் கொக்குகள் பாவம்

3

வண்ணம் மங்கிய கட்டடங்களுக்கிடையே
குளிர்புகையும் வீதிகளில்
சாயம் ஏறாத மெல்லிய உதடுகள்
ஊதா மலர்களாவதை
சகிக்க முடியவில்லை
உறைகள் அணியாத கைகளை
சட்டைப் பைகளில் திணித்தபடி
திசைகளைத் தொலைத்துவிட்டு
மதுவிடுதிகளைத் தேடிக்கொண்டிருக்கிறாய்
தூக்க மாத்திரைகளுடன் அறைக்குத் திரும்பும்
ஸில்வியா
முத்தங்களுடன் காத்திருக்கிறேன்
முகமற்று ஒலிக்கும்
தூரத்து வயலின் இழைவைக் கேட்டபடி

4

மரணம் துரத்தும் காலத்திலிருந்தும்
பலிபீடங்கள் பெருகிய
நிலத்திலிருந்தும் வெளியேறி
நமது வார்த்தைகளால்
அகழி சூழ் கோட்டையை எழுப்புவோம்
காட்டைவிடவும்
அடர்த்தியும் மர்மமும் நிறைந்த
அதன் தனிமைக்குள்ளிருந்து
கனவும் வேட்கையும் தளும்பும்
நம் கவிதைகளை வாசிப்போம்
சொற்களின் அரசிகளே
குளிருக்கான கம்பளத்தை
நம் உடல்களால் நெய்வோம்
முகமற்று ஒலிக்கும்
தூரத்து மத்தள ஓசையைக் கேட்டபடி.

உடலால் அளக்கப்படும் பாதை

அகல ரயில் பாதையின்
இருபுறமும் ஊரும்
நத்தைகள்
தண்டவாளங்கள் இணையும்
புள்ளியில் திட்டமிட்டபடி
சந்தித்துக்கொள்ளலாமென.

என் வீடு

பல காதம் நடந்து பாலை கடக்க
ஓர் அழகிய மலையடிவாரத்தில்
மரங்கள் அடர்ந்த காட்டின் நடுவில்
எனது சிறு வீடு
இல்லை
அதை ஒட்டிய நதிக்கரையில்
இல்லை இல்லை
சற்று தூரத்தில் கடலலை தெரியும்
முகத்துவாரப் பக்கத்தில்
இல்லை
எந்நேரமும் வரவேற்கும்
எனக்கான ஒரு அறை
ஐந்திணை
எதற்குள்ளும் இல்லை
என் வீடு
ஆனால்
நான் எப்போதும்
இளைப்பாற இடமளிக்கும்
குயில் கூட்டில்
எனது அரண்மனையை
கட்டியெழுப்புகிறேன்
தயவுசெய்து
எனது முகவரியை
வேறெங்கும் தேடவேண்டாம்.

பகலை மேய்ப்பவன்

அத்துவானக் காட்டில்
ஆடு மேய்க்கும் சிறுவன்
வீடு திரும்ப
பட்டத்தின் கயிற்றைக் கவையில்
அவசர அவசரமாக
சுற்றத் தொடங்குகிறான்
மேகங்களுக்குள் அலையும் அது
இன்னும் தென்படவேயில்லை
அடிவானத்திலிருந்து
உருவ உருவ நூல்
வந்துகொண்டேயிருக்க
சலித்தமர்ந்து சற்றே
பின் வளைந்து இரு கைகளாலும்
கொஞ்சம் வலுக்கொண்டிழுக்கிறான்
தொடுவானத்திலிருந்து சூரியன்
உதிர்ந்து நூலோடு
கைக்கு வர அதை
தூக்குச் சட்டிக்குள்
திணித்துக்கொண்டு
வீடு திரும்புகிறான்.

சதுப்பு வனங்களின் தோற்றம் அல்லது பிரிவு நிமித்தம்

பறவையின் அடவை ஒத்த
உனது அசைவுவகளால்
நிலமும் திசையும்
சுழலத் தொடங்கியிருந்தன
ஓர் இளவேனில் காலத்தில்
நீ வந்தடைந்தபின்

காற்றில் மழைத் தேகம் சிலும்பிச் சாயும்
குறுமரத்தின் தழுவல்
உன்னை உலுக்குவதாகச் சொல்லி
மருளின் பாவனையை
உடுத்திக்கொள்கிறாய்
தகிக்கும் மேடை
நிகழ்வின்
பாத்திரமாகவும் பார்வையாளராகவும்
நாமே

ஒத்திகை முடிந்த வெற்று அரங்கின்
வெறுமையுடன்
வெற்றிலை வாசம் நீளும்
முன் கோடையில் உன் பிரிவு
துக்கத்தின் நீர் விழுது
நிலமெல்லாம் வேர்விட
என் சதுப்பு வனத்தின்
கொப்புகளில் தூரதேசப் பறவைகள்
கூடுகட்டத் தொடங்கிவிட்டன.

உண்டியலில் இடப்படும் பௌர்ணமி

கருவளையல்கள் இட்ட
தன் குட்டிப் பாப்பாவுக்கும்
அம்மாவுக்கும்
திருஷ்டிகழிக்கும் பாட்டி
கற்பூரம் எரியும்
சருவத்தைக் கொடுத்து
தெருவில் கொட்டு என்கிறாள்

சுடர் அணையாமல்
அடி வைக்கும் சிறுமியின்
ஆரத்திக் கரைசலுக்குள்
கூரையிலிருந்து
நழுவி விழுகிறது நிலவு

சட்டிக்குள் கிடந்த
வெள்ளி நாணயத்தை
இடுப்புப் பாவாடையில்
சொருகிக்கொண்டு வந்தவள்
யாருக்கும் தெரியாமல்
அவசர அவசரமாக
தனது உண்டியலில் இடுகிறாள்.

மனநோயின் முன் பின் நிகழ்வுகள்

தெருவில் மாடுகள்
சானிடரி நாஃப்கினை மென்றபடி
சாக்கடை ஓரங்களில்
காலி கோக் டப்பிகள்

இயலாதவர்கள் அடைபட்டுக்கிடக்கும் வீடு
தணலைப் பொழியும் மதியம்
நாய்கள் தொலைந்துபோன வீதிகளில்
கோக் டப்பிகள் ஓடிப்பிடித்து
விளையாடிக்கொண்டிருக்கின்றன

பொழுதெங்கும்
இந்த இரைச்சல் தொடர்ந்தபடி
வெறுமையின் மஞ்சள் பூத்த மாலை
வழக்கமாக வீடு திரும்பும்
மனித மிருகச் சலசலப்புடன்
தொலைக்காட்சிப் பெட்டிகள்
அலறத் தொடங்குகின்றன

குண்டு பொழியும் இயந்திரப் பறவை
இரும்பு மிருகமென உலவும் டாங்கிகள்
சிதறும் உடல்கள்
தரைமட்டமான கட்டடங்கள்
ஊனமுற்ற குழந்தைகளின் ஓலம்
அனைத்து வீட்டுத் தொலைக்காட்சியும் கக்கும்
முன்னிரவு

பீதியின் கருமையைப் போர்த்தியபடி படுக்கையில்
பின்னிரவில் காலி டப்பிகள் ஒவ்வொன்றாக
வீதியை முற்றுகையிட ஆரம்பித்துவிட்டன
மண் அரைபடும் நாராச ஒலி
துளித் துளியாகப் பெருகி
பேரோசையுடன் ராட்சஸ கோக் டப்பிகள்
சுவர்களைத் தரைமட்டமாக்கியபடி
என்னை நோக்கி வருகின்றன
இரவு முழுவதும் என் மண்டைக்குள்

ஊர்ந்துகொண்டிருக்கும்
இரும்பு மிருகங்களை
வெளியேற்ற முடியவில்லை
என் மயிரை ஒவ்வொன்றாகப்
பிடுங்கி எறிகிறேன்

மாமிச சகதியில் அமிழ்ந்துகிடக்கும்
சூரியனை
யார் காலையில் விடுவிப்பது.

கடவுளை உற்றுப்பார்க்கும் காண்டாமிருகம்

வண்ணங்களைக் குழைத்து
காகிதங்களில் வரைந்து சலித்தவள்
தன்னையே வரைதுணியாக்குகிறாள்
தனக்குப் பிடித்த பூனைக்குட்டிகளை
விதவிதமான நிறத்தில்
பச்சைப் புல்வெளியில்
விளையாட விடுகிறாள்
முடிவுறாத தோட்டத்தின்
தொடர்ச்சியாக நிறுத்தி
என் மீது எழுதத் துவங்குகிறாள்
மரங்கள் பறவைகள் மிருகங்கள்
நதியின் பரப்பில்
துள்ளும் மீன்கள்

ஆற்றங்கரையில்
சிறு தூண்டிலுடன் அமர்கிறாள்

தொலைத்த கனவுகள்
ஒழித்த நீர்நிலைகள்
கொன்ற மிருகங்கள் பறவைகள்
அழித்த வனங்கள் மலைகள்
அனைத்தையும்
உடம்பு முழுவதும்
வண்ணப் பச்சைகளாக
குத்தித் திரியும் மனிதர்கள்
பறவையின் சிறகசைவும்
மலையின் கம்பீரமும்
அருவியின் ஆர்ப்பரிப்பும்
ஓடையின் சலசலப்பும்
மரங்களின் பேச்சும்
மௌனக் காட்சியாய்
பிரபஞ்சத்தின் சாயல்களுடன்
அனைவரின் சருமத்திலும்
பூமி உறைந்து படிகிறது
தசையாக

மனிதத்தோலுடன்
ஒற்றைக்கொம்பு
காண்டாமிருகம்
கடவுளை உற்றுப்பார்க்கிறது.

சுவரில் தளும்பும் கடல்

வரைந்தவரிடம் வண்ணங்கள் சற்று
குறைவாக இருந்திருக்கும்
வான்கோவின் ஆரஞ்சு போல
வெளிர் நீலம் மட்டுமே
வைத்திருந்திருப்பார்
இல்லையென்றால்
உச்சிப் பகல் கடலின்
அடர் நீலம் இப்படி
வெளுத்துப்போய் கிடக்குமா
விரித்த ஈரச் சேலையென
அசையும் அலைகளுடன்
பாம்பைப் பார்த்துப் பயந்த
குழந்தையின் நடுக்கத்துடன்
ஆறுதலுக்கு காலண்டர் கடலாவது
இருக்கட்டும் பக்கத்தில்
ஆனால்
விளங்கவே மாட்டேன் என்கிறது
இரவில் எனது அறை
சாரலில் நனைந்து
உதடுகள்
உப்புக்கரிப்பதெப்படியென்று.

ஆப்பிளைத் தின்றவள்

எங்கோ வந்துவிட்டிருந்தேன்
பசி கண்களை மெல்லத் திறந்து
படகின் விளிம்பைப் பிடித்தபடி
உற்றுப் பார்க்கிறேன்
கைக்கெட்டும் தூரத்தில்
சிறிது சிவப்பு வெளிச்சம்
ஒளிவீசும் ஆப்பிளை
நான் இப்போதுதான் பார்க்கிறேன்
பறித்துக் கடித்தபடி என்
பயணத்தைத் தொடர்கிறேன்
இனி ஒருபோதும்
என் இருண்ட நிலத்திற்கு
திரும்பப் போவதில்லை.

பூமாதேவி

மணல்வெளியில் காற்றின் தீற்றலென
அம்மாவின் அடிவயிற்றுக் கோடுகள்
குஞ்சு நண்டின் தடங்களைத் தரித்த
மேல் வயிறு
பூஞ்சை ரோமங்களை
வருடியபடியே கேட்கிறாள்
அம்மா
எப்படி நீ
பெத்து உயிர் பிழைச்ச

இது என்ன அதிசயம்
இந்த உலகத்தையே
உன் பாட்டிக்குப் பாட்டிதான் பெத்தாள்

கோழி முட்டை இடுவதைப் போல
பாட்டி உலகை இடுவதை
நினைத்தபடியே உறங்கிவிடுகிறாள் சிறுமி

கனவில்
பனிப் புயலும் அலைச் சீற்றமும்
அருவியின் குதூகலமும்
கானகக் கொண்டாட்டமும்
எரிமலையின் பெருவெடிப்புமாகிறாள்.

இந்தக் கோடை மழை இப்படித்தான் துவங்கியது

கண்கூசும் வீதியைக்கண்டு
வாசலிறங்கும் குழந்தை
இமைகளை இடுக்கி
வான் நோக்கிப் பார்க்கிறது

தவிட்டு மழையின்
பொன் தூசுகளை
கைகளால் ஏந்திப் பிடிக்க நினைக்கிறது
நிரம்பாத கைகளை
ஒருமுறை திருப்பிப் பார்க்கிறது
மீண்டும் கைகளை ஏந்துகிறது
தரையிறங்கும் நட்சத்திரத் துண்டுகள்
கைகொள்ளாமல் நிரம்பிச் சரிய
தெருவெல்லாம் இறைத்து மகிழ்கிறது
அதன் பாதணிக்குள் விழுந்த ஒரு துண்டு
ஜில்லிட்டுக் காணாமல் போன
அதிசயம் புரியாமல் சிரிக்கிறது
மண்ணில் கரையும் கட்டிகளை
இரு கைகளாலும் அள்ளி வாயிலிடுகிறது

கோள்களும் திசைகளும் இடம் மாற
அதன் விரல்கள்
குளிர்ந்து பொழிகிறது
இந்தக் கோடை மழை இப்படித்தான் துவங்கியது.

நீராழி மண்டபம்

தேகத்தின் திசைகளையும்
புலன்களின் திசைகளையும்
இழுத்து முடிந்து நிற்கும்
காந்தச் சுழி மையம்

திடம் நீயா
திரவம் நானா
திரவம் நீயா
திடம் நானா
திடத்தின் விசையா
திரவத்தின் விசையா
எது எதைச் சார்ந்தது

உடல்
தன் திசைகளை
கலைத்துப்போடுகிறது
வெள்ளத்தின்
இடையறாச் சுழலில்
தரைதட்டும்
பவழக் கலசம்
திடமாய்
திரவமாய்
அரூபமாய்
நான்.

Made in USA

அவரவர் தானியத்திலும்
அவரவர் பெயர்
நம் அனைவரின் பருக்கையிலும்
Made in USA

வெள்ளை மாளிகையின்
மேல்மாடி ஜன்னல் வழியே
வெளி வழிந்து
சுவரோடு உரசி அசைகிறது
சாத்தானின் வால்

வெவ்வேறு நிறத்திலான
பிணங்களை
மணிக்கு ஒருதரம்
கடவுளுக்குப் பரிசளிக்கிறது
வெள்ளை மாளிகை

அவரவர் தானியத்திலும்
அவரவர் பெயர்
நம் அனைவரின் சடலத்திலும்
Made in USA.

பூமி தன்னைத் தானே ஒருமுறை சுற்றிக்கொள்கிறது

நடுநிசியில் திரும்புபவன்
வீட்டின் உறக்கத்தை
தன் காலுறைகளைப் போலக் கழற்றிவிடுகிறான்
மனைவியை வலிந்து புணர்ந்து முடிக்கவும்
எண்ணெய் தீர்ந்த திரி எரியும் பிரகாசத்துடன்
பொழுது அவசர அவசரமாக
விடிந்துவிடுகிறது

மனைவியும் குழந்தைகளும்
இல்லாத வீட்டில்
துர்ச்சொப்பனம் கண்டோ
வீதியின் சப்தத்திலோ விழித்தவன்
அறையைத் தன் கண்களால்
விழுங்கத் தொடங்குகிறான்
அறை எந்தச் சிண்டு சிக்கலுமின்றி
பனிப் புகையென
உள்ளொடுங்கத் துவங்குகிறது
வீட்டின் வாசத்தை
நாயென முகர்ந்து பார்க்கிறான்
மறைவிடத்திலுள்ள ஆணுறைகளை
கணக்குப் பார்க்கிறான்
அலமாரியை அஞ்சறைப் பெட்டியை
அவளின் விதவிதமான கைப்பைகளை
ஒழுங்கு குலையாமல் மிக பதிவிசாக
தேர்ந்த உளவாளியின் லாவகத்துடன்
சோதனை செய்கிறான்

மேசையில் மூடியிருக்கும் உணவுகளை
திறந்து பார்த்துவிட்டு
திரும்பவும் மூடிவைக்கிறான்
தொலைபேசியில் வந்த அழைப்புகளையும்
சென்ற அழைப்புகளையும் சரி பார்க்கிறான்
தடயத்தின் ரேகைகள்
பதியாத வீடு நகைக்கிறது

இருந்தாலும்
சந்தேகத்தின் ஊதா இழைகளால்
தினம் தன்னை நெய்துகொண்டிருக்கிறான்

தனிமையும்
குழந்தைகள் கிறுக்கிய சுவரின்
வினோத உருவங்களும் மிரட்ட
வீட்டைப் பூட்டிக்கொண்டு வெளியேறுகிறான்

குவளையில்
நுரைத்து வழியும் அதிருப்தியையும்
மதுவிடுதியின் சுவரில் தொங்கும்
ஆடையற்ற பெண்களையும் விழுங்கி
நொதித்த குடுவையாய் வழிந்து
புளித்த வண்டலின் கசடாக
மிதக்கிறான்

பூமி தன்னைத் தானே
ஒருமுறை சுற்றிக்கொள்கிறது.

அவரவர்க்கான விழிப்பு

மார்கழிக் காலைச் சூரியன்
உறக்கத்தின் கண்ணாடிப் பெட்டியை
வைர ஊசிகொண்டு
அறுத்துத் திறக்கிறது
அன்றைய விழிப்பை

முன் கதவின் இடுக்கு வழி
பட்டத்தின் வாலென
ஓடும் ஒளி
பின் கதவில் முடிகிறது

கூட்டுக்குள் குஞ்சுகள்
கொத்தத் துவங்கும்
இலைவழி உதிரும்
ஒளித் தானியங்கள்

பகலெல்லாம் ஆடி ஓடி
சலித்து அயர்ச்சியுறும்
அந்தி நேரத்தில்
கைதவறும் ஊசி
இரவெல்லாம் தேடி
கண்டெடுக்கிறாள்
விடியலில் வேறொருத்தி
கடற்கரையில்
தொலைந்த ஊசியை.

விதைச் சொல்

மழை பொய்த்த நிலமென
எனது மொழி விரிசலுற்று
எத்திசைக் காற்றிலும் ஓதமில்லை
இனி பச்சை பிடிக்க

டாங்கிகள் உழும் வயலெல்லாம்
ஏவுகணைகள் விதைக்கும்
கந்தகம் குமையும் வெளி
எனது வார்த்தைகள் மூச்சுமுட்டி
கரையில் கவிழ்ந்த படகென
குப்புறக் கிடக்கிறது

கொடு மரணம்
எல்லோரது முற்றத்திலும் பொட்டலமாய்
தக்கை இட்ட கோக் புட்டிக்குள்
அடைக்கப்பட்ட மழை
மேசை மீது

மறுநாள் பால் வார்க்க
சொற்கள் முளைபாரிக்கும்
அவரவர் புதைமேட்டில்.

நுகர்பொருள்

ஃபேர் அண்ட் லவ்லி முகம்
கிளினிக் ப்ளஸ் கூந்தல்
லக்ஸ் பட்டு போன்ற சருமம்
ஐடெக்ஸ் கண்கள்
இமாமி இதழ்கள்
லக்மே நகங்கள்
லலிதாவின் ஆபரணங்கள்
நல்லியின் ஆடைகள்
சரவணாவின் சீர்வரிசை
நாளொரு மேனியும்
பொழுதொரு வண்ணமுமாக
உறவாடியதில்லை இவற்றுடன்
என்றாலும்
அவள் முன்னே
இராஜகுமாரர்கள்
பிரியாணிப் பொட்டலத்துடன்
தோன்றுகிறார்கள் பின்னிரவில்
வீதியோரமாக அமர்ந்து
பேன்கள் உதிரும்
தலையைச் சொறிந்தபடி
தகரக்குவளையில் உருளும்
கூழாங்கல்லின் லயத்துடன்
பாடிக்கொண்டிருக்கிறாள்
பகலெல்லாம் பைத்தியக்காரி.

சொற்கள்

தேன்கூட்டின் வெற்றறை
எந்த அழைப்பிற்கும் காத்திருப்பதில்லை
சொற்களைச் சிறகுகளுடன் அனுப்பிவிட்ட பிறகு
வாழ்வின் கிளையில் பெருமித ஊசல்

நீர்ப் பரப்பின் மேலே
நங்கூரத்துடன் கட்டப்பட்ட
மிக நுண்ணிய சொற்களின் ஓயாத நடனம்
கடலாடச் செல்லும் பெண்கள்
மிதக்கும் சொற்களை
கலைத்து அடுக்கி நீர்ப் படலத்தில்
கடல் பற்றிய
கூட்டுக் கவிதையை எழுதிப்பார்க்கின்றனர்

தோட்டத்துக் கிணற்றை
தூரெடுக்க வரும் பாதாளச் சுரடு
உண்டியலின் சிதைவுகளை
கண்டெடுக்க அதிலிருந்து
பெருகும் சொற்கள்
வீட்டை அலற வைக்கின்றன.

முடிவுறாத விருந்து

கனவான்களும் சீமாட்டிகளும்
பண்ணை வீட்டில் குளிர்ந்த இரவொன்றில்
வார்த்தைகள் தடுமாறி விழுந்தனர்
ஏவலாட்கள் அவ்வரிகளை
உருவி எடுத்து
அசைவச் சொற்களையும்
சைவச் சொற்களையும்
தனித் தனியே பிரித்துப் பரிமாற
தட்டில் நிரம்பும்
அவரவர்க்கான சொற்களை
தின்றும் துப்பியும் காலிசெய்கின்றனர்

அஜீரணம் நுரைத்துப் பொங்கி வழியும்
உடலைச் சுமந்தபடி
ஒதுக்கப்பட்ட அறைகளுக்கு
திரும்பும் பின்னிரவு
திட்டமிட்டபடி
ரகசியக் காதலர்கள்
புதர்ப்பாம்புகளென இழைய
தனியர்கள்
தாழிடப்பட்ட கதவுகளுக்குப்பின்
இருளை இழை திரிக்க
நுண்ணிய கண்ணிகள் விரியும்
மெய்ப் புலன்களை
ஒற்றர்களாக்கி அந்நிலமெங்கும் மேய்த்தபடி
மாயச் சமிக்ஞைக்கான
காத்திருப்பில் சீதள இரவு

பின்னர்
பாலித்தீனை அசைபோடும்
மாடெனக் கழியும் மீதி இரவு

விடியலில் காகங்கள்
நகரெங்கும்
பனியீரம் சொட்டும்
காதல் காவியத்தை
இசைத்துக்கொண்டிருக்கின்றன.

மரணப்பறவை

உன் மரணத்தை நானும்
என் மரணத்தை நீயும்
எதிர்பார்த்துக் காத்திருக்க
ஒரு சாவுப் பறவை
நிரந்தரமாகக் குடியேறுகிறது
ஒருவருக்கொருவர் உணர்த்த முடியாத
பீதியில் உறையும் நேசம்
இதழோரத்தில் துளிர்க்கும் விஷப்பற்கள்
வெகுவிரைவிலேயே
விரல்கடையளவு வளர்ந்துவிடுகின்றன
பின்
நம் நேசத்தின் மாமிசத்தை
தினந்தோறும் புசிக்கத் தொடங்குகிறோம்
சப்பி எறியும் எலும்புகளை அடுக்கி
அப்பறவை கூடமைக்க
அவயச்சூட்டில்
பூமி உருண்டுகொண்டிருக்கிறது.

கூடுபாய்தல்

எதைப்பற்றியும் கருத்துச் சொல்லும் முன்
குறைந்தபட்சம்
என் நாக்கின் இருப்பை
சரிபார்த்துக் கொள்வது நல்லதுதான்
அது ஒருவேளை
நேற்று நடந்த பேரத்தில்
அதிகாலை வடியும்
முருங்கைப் பிசினெனக் குழைந்திருக்கலாம்
உதவி வேண்டி வந்தவளை
பயன்படுத்திக்கொண்டதால்
சர்ப்பமெனச் சுருண்டிருக்கலாம்
என் மனைவியை அந்நியனுடன்
சற்று கூடுதலான விலைக்கு அனுப்பிய பிறகு
அடித்து நீட்டப்பட்ட தகடாயிருக்கலாம்
இருந்தாலும்
அமெரிக்க ஏகாதிபத்தியம் பற்றி
அதிகரித்துவரும் வன்முறை பற்றி
கலாச்சாரச் சீரழிவு பற்றி
ஊழலைப் பற்றி
இலக்கிய அரசியல் பற்றி
பேசத் தொடங்கியதும்
ரப்பரிழையில் இணைக்கப்பட்ட பந்தென
துள்ளிக் குதிக்கிறது
கூடுபாயும் வித்தை கற்ற எனது நாக்கு
மௌனம் காத்துக் காத்து
சருகென உதிர்ந்துவிட்டது
என் நிழலின் நாக்கு.

தெருப்பாடகி

நாட்கணக்கில் என்னுடன்
உறங்கிக்கொண்டிருந்த கண்ணனைப் பிடுங்கி
இடுகாட்டுக்கு எடுத்துப் போனார்கள்
பின்தொடரும் என்னைத் துரத்திவிட்டு
அவன் மண்தின்று விளையாடும்
மாலைப் பொழுதில்

இரவெல்லாம் விழித்திருந்து
தொழுவங்களில் கத்தும் கன்றுகளை
தாயிடம் அவிழ்த்துவிடுகிறேன்
கார்மேகன் குழலூதுகிறான்
பனிபடரும் பின் சாமத்தில்

அவன் வெண்ணெய் திருட
நுழைய முடியாத வீடுகளின்
சாத்தப்பட்ட கதவுகளில் கற்களை எறிகிறேன்
காகங்கள் இளைப்பாறும்
உச்சிப்பகலில்

சுமந்த அடிவயிறு பற்றியெரிய
உடையெல்லாம் சாம்பலாகி
உதிர்ந்துவிட்டன
பிரண்டை கேசம்
சடைத்து தோள்களில் நெளிய
சுரப்பெடுத்த முலைகள்
சிறு கரைகளெனக் கனத்து ஆட
நான் கையில் அமுதேந்தி
வீதிகளில் அலைகிறேன்
குருவிகள் வட்டமிட
பசிமறந்து கண்ணாமூச்சியாடும்
என் குட்டி மாயனைத் தேடி
காடெல்லாம் சுற்றியலைந்து
நல்லரவங்களைப் பிடித்து வைத்திருக்கிறேன்
அவன் விளையாட

என் உடம்பில் புற்று வளர்த்து
சில முட்டைகளையும் அடைகாக்கிறேன்

பேசிக்கொள்கிறார்கள்
யாரைத் தேடுகிறேன்
என்னுடலைத் தின்றவனையா
என்னிலிருந்து பிரிந்தவனையா
கழுதை வாலில் கட்டிய
பனைமட்டையென
ஊரெல்லாம் எனது ஒப்பாரி
சலசலத்து ஓடுகிறது
தொடுவானத்திலிருந்து புழுதி பறக்க
கால்நடைகள் வீடு திரும்புகின்றன
மந்தைக்குள் ஒளிந்து ஒளிந்து
என் கண்ணில் படாமல்
கண்ணன் வருவதைப் பாருங்களேன்.

கனவை உலர்த்துபவன்

உடைந்த முட்டையென நெளியும்
இளம் சூரியன் முன்
இன்று
செந்தாமரை மொட்டு
முதல் மடலவிழ்க்கிறது
புது நீரில்

மாடுமேய்க்கும் சிறுவன்
களிமண் பத்தைகளைக் கிளறி
சேகரிக்கிறான்
ஆழாக்கு
தாமரைக் கொட்டைகளை

நடுக்குளம்
விதையின் கனவை
உலர்த்துகிறது
பகல் உணவுக்காக.

மரணத்தின் அரசியல்

புல் நுனிப் பனியென
மரணம் திரண்டு மிளிர்கிறது
காலைப் பொழுதில்
ஏழு நிறங்களில்

இரவெல்லாம் கனிந்து உதிர
விளிம்பில் தொத்திக் கிடக்கிறது
நாள்

துயரின் ஓயாத உலுக்கலில்
உடைந்து சிதறும் பகல்

காலத்தின் பக்கங்களில்
அழுத்தமான நிறங்களால்
எழுதிச் செல்கிறது
இறப்பின் கரம்
கொலைகளையும்
தற்கொலைகளையும்.

பூமத்யரேகை

கமறும் ஈய உடலுடன்
மேயத் துவங்கும் பகல்
தன் வெம்மையான கரங்களால்
வாரி அணைத்துக்கொள்கிறது
நகரத்தை
பின்
தன் உருகிய நாவால்
நக்கத் துவங்குகிறது மனிதர்களை
தணலின் தீற்றலுடன்
அவர்களின் நடமாட்டம்
ஒருவர் மேல் ஒருவர்
தீண்ட
பொறி தெறிக்கும் பொழுதுகள்
மயிர் பொசுங்கிய நாற்றத்துடன்
மாலை வலையென விரிகிறது
கருகும் உடலுடன்
வீடு திரும்பியவர்கள்
இரவின் குளத்தில் ஊறி
கட்டைகளாகினர்.

நம் அம்மாவின் காதல்

தேவதைகள் காதலிப்பதில்லை
காதலிக்கப்படுகிறார்கள் என்பதன்
கதை தேடிக் காலத்தின் ஏடுகளைத் திருப்ப

மாங்காய் திருடிவரும்
ரெட்டைச்சடைக்காரனுடன்
கூடுதல் ஆசையுடன்
கூட்டாஞ்சோறு பொங்குவாள்

நீச்சல் பழகித் தந்த
தோழியின் அண்ணனிடம்
சாகச மோகம்தான்

தாவணிப் பருவத்தில் வகுப்பில்
செய்யாத தவறுக்குத் திட்டுவாங்கி
முழித்தவனிடம் அதிக பிரியம்

பிறகு அடிக்கடி பார்வையில்
சுவரென முட்டி நின்றவனிடம் மட்டுமல்ல
இதுவரை
யாரிடமும் நேசத்தைப் பகிர முடியாமல்
ஆழத்து நீர்த் தாவரங்களென
அமிழ்ந்து கிடக்கின்றன

நினைவின் பாலை நக்கிக் குடிக்கும்
பூனையென அம்மா
பாலோ தினம் வளரும்
கடல்.

மொழி பேதம்

கொஞ்சல்கள் மழையாகவும்
மழலை மொழி பறவையாகவும்
உளறல்கள் புற்களாகவும்
தணிவு நதியாகவும்
கனிவு பனியாகவும்
பணிவு அகழியாகவும்
வேண்டுதல் சாபமாகவும்
கெஞ்சுதல் புதைகுழியாகவும்
கனவுகள் துஷ்டதெய்வங்களாகவும்
வசைகள் இஷ்டதெய்வங்களாகவும்
ஆசைகள் பேயாகவும்
மௌனம் காதலாகவும்
கடவுளின் மொழி இரவாகவும்
சாத்தானின் மொழி பகலாகவும்
மாறிவிடுகின்றன
நம் அகராதிக்குள்
ஒரு குவளை மது
கடலாகித் துடிப்பது போல.

குறுக்குவெட்டுக் காட்சிகள்

நம் உரையாடலின் இடையே
வண்ணத்துப்பூச்சிகள் இடம்பெயர்கின்றன
மரங்கள் வேரோடு சாய்கின்றன
கொலைகள் அரங்கேறுகின்றன
பறவைகள் இறகுகளை உதிர்க்கின்றன
நதிகள் வறண்டுவிடுகின்றன
தற்கொலைகள் நிகழ்கின்றன
கண்ணிவெடிகள் புதைக்கப்படுகின்றன
பேய்மழை சடைக்கிறது
தொடர் வெடியோசை நீளுகிறது
வனம் தீப்பற்றி எரிகிறது
நாம் மௌனமாகும் போது
ஒரு புல் முளைக்கிறது.

மரணக் கொடை

கிழக்கின் நேசக்கரங்கள்
முப்பதாயிரம் செர்ரி மரங்களாக
மலர்ந்து சொரிகின்றன
நம் வரவேற்பறையின்
தொலைக்காட்சிச் செவ்வகத்தில்

உறவுகள் பூத்த நாற்பதாண்டுகள் கழிந்து
லட்சோப லட்சம் உயிர்களை
ஒற்றைக் காளான் கீழ் உறங்க வைத்த
குண்டுப் பையன்

ஒவ்வொரு வசந்தமும்
செர்ரிகள் பூப்பது போல
அணுக் கழிவை ஈன்று
பிண்டங்களுக்கு
முலையூட்டும் ஜப்பானியப் பெண்கள்

அரேபியர்களின் குருதி பாய
டாலர்களைப் பயிராக்கும் வெள்ளை மாளிகை
கந்தகம் விதைக்க அரபு வெளியெங்கும்
முளைக்கும் சவங்கள்
வரவு செலவுப் பேரேடுகள்
எப்போதும் உடல்களின் அறுவடையை
கணக்கு வைப்பதில்லை

இதன் பிறகும்
மீண்டும் நாம் அனுப்புவோம்
ஸென் கவிதைகளையும்
அரேபியக் கதைசொல்லிகளையும்
வர்த்தகமும் போரும்
ஒரு உறையில் இரு வாள்கள்
அவை எப்போதும்
உலக அமைதிக்காக நேசத்துடன்
மரணத்தைக் கொடையளிக்கின்றன

கிழக்கின் நேசக்கரங்கள்
முப்பதாயிரம் செர்ரி மரங்களாக
மலர்ந்து சொரிகின்றன
நம் வரவேற்பறையின்
தொலைக்காட்சிச் செவ்வகத்தில்.

நாளின் திறவு

நைந்த இரவின் கந்தல்
போர் போராய் போர்த்தியிருக்க
கண்ணயரும் வேளை
தொலைபேசி ஒலி

தெய்வமென அவள் வாக்கு
நேற்றின் கழிவிலிருந்து
என்னை உருவி எடுத்து
காலப் பேழையின் திறவை
கையளித்துச் செல்கிறது

திறந்த பேழைக்குள்ளிருந்து
முடிவற்று வெளிப்படும்
ஆடையற்ற குழந்தைகள்
பரந்த புல்வெளியில்
எறும்பு வரிசையாய்
குதூகலத்தோடு குழறியபடி
தவழ்கின்றன.

சாம்பல் நிற உடல்

சாம்பல் நிற மழை
உணர்வுகளின் நிறத்தை
சவக்கிடங்கில்
பதப்படுத்தப்பட்ட உடலின்
உள்ளங்கைகளாக மாற்றிவிடுகிறது
அதன் மூர்க்கமான மிதிகளால்

ஆகாயம் ஒற்றைக் காளானாக
பூத்து நிற்க
அதன் நொய்மையான
கூரையின் கீழ்
நனைந்த வண்ணத்துப் பூச்சியென
உயிர் ஒடுங்கிக் கிடக்கிறது

உடலைத் துறந்த நிறங்கள்
வெளியேற முடியாமல்
அறைக்குள்ளிருந்து தேம்ப
கண்ணீரில் கரைந்த வண்ணங்கள்
கதவிடுக்குகளில் கசிந்து
தெருவெள்ளத்தில் கலக்கின்றன

சிறகை இழந்த ஈசலென
ஈர உடல் துடித்துக்கொண்டிருக்கிறது

வாசல்கள் தோறும்
சாம்பல் நிற உடல்கள்
கரை ஒதுக்கும்
சாம்பல் மழை.

உண்மைக் கதை

நம் உறவின் பக்கங்கள்
என்னிடம் ஒற்றைப்படையாகவும்
உன்னிடம் இரட்டைப்படையாகவும்
பிரிந்துவிட
என் கதை முழுமையென நானும்
உன் கதை முழுமையென நீயும்
சொல்லித் திரிய
கேட்பவரின் வாயிலிருந்து
கோழையாய் வழியும் வரிகள்
உண்மைக் கதைகளாய் அச்சேறி
ஊரெங்கும் விற்பனையாகிறது.

ஹராக்கிரி

தன் வீட்டை இழந்த
ஜப்பானியக் கொக்கொன்று
திசைமாறி வந்து
என்னுடன் தங்கிவிட
அதன் பசியாற்ற முடியாத நான்
சில சோற்றுப் பருக்கைகளை அளித்து
தேற்ற முனைகிறேன்

சில நாட்களிலேயே
தனது சுற்றம் மறந்து என்னுடன் சேர்ந்து
தொலைக்காட்சித் தொடர்களைப் பார்க்கவும்
புத்தகங்களை மேயவும் பழகிவிட்டது

ஒருநாள் தொலைக்காட்சிச் செய்தி
பழைய வரலாற்றைத் திருப்பிப்போட
அமெரிக்க அணுகுண்டில்
சாம்பலான தன் தாய் தந்தை
திரும்பி வரவேண்டி
ஒரு சிறுமியால் பிரார்த்தனைக்காக
விடப்பட்ட அக்கொக்கு தானென அறிந்து
இயலாமையின் துக்கம் பெருக
சமையல் கத்தியால்
தன் வயிற்றைக் கிழித்து
என் மடியில் ரத்தம் பெருக மாண்டது

தினந்தோறும் கொக்குகளைச் செய்து
திசைதோறும் அனுப்பிவிடுகிறேன்
சிறுமியின் பிரார்த்தனைகள் பலிக்க.

சவப்பேழையின் அரசன்

கவிஞனின் மனைவி
தன் சவப்பெட்டியை
தினமும் அறைக்குள்
திறந்து மூடுபவளாக இருக்கிறாள்
அவளின் சீதனமாக வந்திருக்கலாம்
அல்லது
அவள் விரும்பித் தேர்ந்தெடுத்திருக்கலாம்

காலையில் வீட்டைப் பூட்டிக்கொண்டு
சுதந்திரத்தைச் சுவாசிக்க
கிளம்பும் கவிஞன்
தன் விடுதலையைப் புகழும்
கவிதைகளுக்கு முன்
மது தீர்ந்த புட்டிகளை
உடைத்துக் கொண்டாடுகிறான்
கூலிக்குப் புணர அழைத்தவளை
பணம் கொடுக்காமல் ஏமாற்றியோ
அந்நியப் பெண்களின் அறைக்குள்
அத்துமீறி நுழைந்த சாகசத்துடனோ
அன்றைய கலக நாளை
தன் வீரகாவியத்தின் பக்கத்திற்குள்
தைத்து வைக்கிறான்
பின் சாமத்தில்
தன் ராஜ்ஜியத்தின்
கோட்டைக்குள் நுழைபவன்
பேழையைத் திறந்து மனைவியிடம்
தனது சாம்ராஜியத்தின்
வாரிசை உருவாக்கும்படி
கட்டளை இடுகிறான்

அவளும் அவனுடைய
சவத்துக்கு கொள்ளி வைக்கும்
புத்திரர்களை
ஈனத் தயாராகிக்கொண்டிருக்கிறாள்.

ஸ்லாட்டர் ஹவுஸ்

கதவுகளை அடைத்து
சன்னலைத் திரைச்சீலையால்
மூடியபடி எனக்கு முதுகு காட்டி
பாவாடையை அவிழ்க்கிறாள்
அறுபதுகளைக் கடந்த வெள்ளைச்சீமாட்டி
பச்சைச் சிறுத்தை ஒன்று அவளது
வலது புட்டத்திலிருந்து பாய
முன்னங்கால்களை உயர்த்தியபடி
காத்திருப்பதைக் கண்டவுடன்
கால்சட்டையை மேலே இழுத்துவிடாமல்
தொட்டுப் பார்க்க சில வினாடிகள்
ஆசையுடன் தயங்கி நின்றேன்

கால்சட்டை சரியாகவே பொருந்தியது
இனி இந்த மாடலை
பெண்கள் ஒருமாதத்துக்கு
தங்கள் உறக்கத்திலும் தைத்து அடுக்குவார்கள்
"ஸ்பைசி ஷார்ட்ஸ்"
நன்றாக புட்டத்தின் அடிவளையை
பிறைபோல் செதுக்கியபடி தொடைகளை
கவ்வியிருப்பதை மீண்டும் மீண்டும்
பல கண்ணாடிகளின் முன் நின்று ரசிக்கிறாள்
விற்பனையின் எண்ணிக்கை அதிகரிக்க
வாய்ப்புள்ளதாகக் கூறிப் பாராட்டுகிறாள்
இதற்கான மேல் சட்டையை
வடிவமைக்க உத்தரவிட்டபடி
தனது பனியனைக் கழற்றி
விலா எலும்புவரை உயரம் வேண்டுமென
அளவு சொல்கிறாள்
அவளின் தளர்ந்த மார்புகளை
அழகிய பூவேலைப்பாடமைந்த
பின்னல் உள்ளாடை உயர்த்திப் பிடித்திருந்தது
இடது முலையில் பதுங்கியிருந்த
ஒரு விலங்கின் வால் மேல்சதையில் நெளிந்தது

நான் அளவு நாடாவை
கையில் பிடித்தபடி நிற்கிறேன்

கொக்கிகளில் தொங்கவிடப்பட்ட தோலாடைகள்
தூக்கிலிடப்பட்ட ஆடு மாடுகளென
நாக்கை வெளித்தள்ளி வெறிக்கின்றன
அறையின் வெப்பம் கூடிக்கொண்டேயிருக்கிறது

நான் என்ன செய்வது
கழற்றவராத கால்சட்டையை உருவும்போது
மேல்ஈரம் காய்ந்து சிறு விரிசல்கள் நெளியும்
பன் போன்ற புட்டத்தில்
என் கைவிரல் நகங்கள் கீறிவிட்டன
அது சிறுத்தையின் பிறாண்டலை
ஒத்திருப்பதாகப் பிரேதப் பரிசோதனை
அறிக்கை கூறுகிறது.

எஜமானி இல்லாத வீடு

உல்லாசப் பயணம் சென்றுவிட்ட
எஜமானியின் வீடு
அவளுடைய ஏவல் குரலை இழந்துவிட்ட பின்
வாரப்படாத தெருவோரக்
குப்பைத்தொட்டியாகிறது

பணியாட்கள் சேமித்து வந்த
அவமானத்தின் வண்ணங்களை
வீடு முழுதும் இறைக்கின்றனர்
பின்பு இயலாமையின் வசவுகளை நிரப்புகின்றனர்
குரோதம் வன்மத்துடன் சுவர்களில்
அறையப்படுகிறது
ஆண்கள் அவளுடைய உள்ளாடைகளை அணிந்து
ஒத்திகையையும் அரங்கேற்றத்தையும் மாறி மாறி
நிகழ்த்திக் களிக்கின்றனர்

அவள் வருகையை
தொலைபேசி உறுதி செய்தவுடன்
வீடு மீண்டும் அருங்காட்சியகமாகிறது.

இளவரசியின் நடனம்

தாய்வீடு திரும்பியவள்
தோட்டம் தோட்டமாக
வளைய வருகிறாள்
சருகுகள் பறக்க

கருநாவால் வெறுமையைத் துழாவும்
கைவிடப்பட்ட டயர் ஊஞ்சல்
வழி மறிக்கும் கொய்யாக் கிளை
தோலுரித்த பாம்பின் வழவழ உடல்

சலனம் இழந்த கிளை
தாவி ஏறி
கிளை தாவி ஏறி
தாவித் தாவி இலைகள் மீது பறக்கிறாள்
இலைகளின் இளவரசி
கொப்புகள் துளிர்த்து அடர.

அனுமதி அட்டையுடைய வேட்டைக்காரர்கள்

எல்லோருடைய வீட்டுக்குள்ளும் கொட்டப்படும்
பிரேதங்களைக் குடும்பத்தலைவர்கள்
ரகசிய ரகசியமாய்
புதைக்கத் தொடங்கினர்
அருவருப்பும் சங்கடங்களுமாக உணவின்றி
தூக்கமின்றிக் கழிந்தன நாட்கள்

சிறிது காலம் ஒவ்வொரு வீட்டிலும்
குழந்தைகளுக்குத் தெரியாமல் மறைக்க முடிந்தது

எல்லோரது வீடும் புதைகுழியாகி
தினம் தினம் விரிந்து
உடல்களை உள்வாங்கிக்கொள்ள
தரை சமநிலைக்குத் திரும்பும்

எண்ணிக்கை பெருகி
குழந்தைகளும் உதவிக்கு வர
தினசரி வீட்டுவேலைகளில் அதுவும் ஒன்றானது
பின்பு சிறுவர்களின்
அன்றாடச் சண்டை ஒத்திகையில் வீழ்த்தப்பட்ட
உடலாகக் கொண்டாடி
தங்களின் வீர சாகசங்களை
ஊரெங்கும் கதைபேசித் திரிய
பெரியவர்கள் சகஜமாகப் பழகிக்கொண்டனர்
அதன் பிறகு ஒருவருக்கொருவர்
தத்தமது வீட்டில்
கொட்டப்படும் பிரேதங்களின்
கணக்குகளையும் வகைகளையும்
டீக்கடை அலுவலகம் கல்லூரியென
அனைத்து இடங்களிலும்
தினச்செய்தியாகப் பரிமாறிக்கொள்கின்றனர்
மனிதர்களுக்கு இரண்டு
வார்த்தைகள் மட்டுமே
ஞாபகம் வைத்துக்கொள்ள
அனுமதிக்கப்பட்டது

விசுவாசம்
அடிபணிதல்

அர்த்தம் தெரிந்த அனைவரும்
உயிர்வாழ ஆசிர்வதிக்கப்பட்டு
இரு சொற்களின் பொருள் தெரியாதவர்களை
வேட்டையாட
அனுமதி அட்டை பெற்றுள்ளனர்.

மகா உற்சவம்

ஊரே காலியாகியிருந்தது
கோகிலாம்பாளின் தேர் இழுக்க
கொட்டு முழக்கமும் உலுக்கு மரம்
உலுக்குபவரின் ஓ... ஹோவும்
வடம் பிடிப்பவர்களின் இரைச்சலும்
விட்டுவிட்டு அடங்கி எழுகின்றன
இனி வாழ்வில் எந்நாளும்
இச்சந்தர்ப்பம் கனியாது
பனி அடிவயிற்றில் குளிர்ந்து
அடர்ந்து மனமெங்கும் சிம்புகள் குத்த
வீட்டிலிருந்து வெளியேறுகிறேன்

வைகாசிக் காலைப் பொழுது
வாரியணைத்த சிசுவின் உடலாய்த் தழுவ
குதூகலத்தின் கரம் பிடித்து நடக்கிறேன்
ஆற்றை நோக்கி
முதல் கோடை வெள்ளம்
பூனை உருட்டிச் செல்லும்
நூல் பந்தென சீராக ஓடுகிறது

கரையில் இரண்டு கழுதைகள்
ஒன்றையொன்ற துரத்தித் திரிய
பன்றிகள் புற்களைக் கிளறி
கோரைக்கிழங்கு வாடையை
கிளர்த்திக்கொண்டிருக்கின்றன
சிறு பறவைகள் நீரில் தத்திப் பறந்து
மீண்டும் அமர்ந்து பறப்பதென

ஆடைகள் களைந்து நீருள் இறங்குகிறேன்
நத்தையின் ஊரலென
மெல்லச் சிலிர்த்து ஏறுகிறது நீர்
நதி தன் நாவால் என்னை
நக்கிச் சுவைக்கக் கூசி
பாசிகளை அள்ளி அணிந்து விலகி நடக்கிறேன்
கால்களைச் சுழல் கொக்கிபோட்டு இழுக்க

மீண்டும்
அதனுள் அமிழ்ந்து கிடக்கிறேன்
என் உடல் துவாரங்களுக்குள்
நீர் காற்றென நுழைந்து வெளியேற
வெடித்த இலவங்காயென
உடல் கனமிழந்து தத்தளிக்கிறது

தவிப்பும் ஆசுவாசமுமாக
மணலில் உருண்டு புரண்டு
பிரமாண்ட உளுவை மீனாய்
மூர்க்கத்துடன் சிலும்பி உள் நுழைகிறேன்
வேட்டை மிருகத்தின் கவ்வலுடன் நதியும்
விடுபடலின் திமிறலுடன் நானும்

மல்லாந்து மிதக்கிறேன்
வெயில் தீண்டாத எனது அங்கங்கள்
ஓட்டைப் பிளந்து வந்த குஞ்சுகளென
பரவசத்தில் ஒளி அமுதைப் பருகி
இளைப்பாறுகின்றன
வேட்டு வெடிக்கும் போதெல்லாம்
தூரத்துக் கோபுரக் கலசங்களுக்கு மேல்
பறந்து அமரும்
புறாக்களின் ஓசையற்ற சிறகசைப்பு
நதியில்
தளும்பும் தசைக் கலசங்களின்
மீதமரத் தவிக்கும் மீன்கொத்தி

இழுபடும் தேரில்
கோகிலாம்பாள்
இழுபடும் நீரில்
நான்.

விலக்கப்பட்ட குருதி 1

கருவறை இருளுள்
தனது ஒற்றைக்கால் கடுக்க நிற்கிறாள்
அர்த்தநாரீஸ்வரி
சித்திரையின் வெம்மை குமையும்
தாழிட்ட கற்சிறைக்குள்
வெடித்து வழியும் கரு முட்டைக் கசிவு
யோனியில் பிசுபிசுக்க
கசகசப்பில் நெளியும் சக்தியை
தனது ஒற்றை வலக்கண்ணால்
முறைக்கிறான் சிவன்
குருதி நெடி பரவ
மீதி உடலை நினைவில் சுமந்தபடி
கீழிறங்கும் பாதிப் பாம்பை
பிடித்திழுத்து இரத்தத்தை
துடைத்தெறிகிறாள்
வழக்கம்போல் இல்லாமல்
பெரும்பாடாய்ச் சாயும் உதிரத்தால்
இன்று மிகுந்த அலுப்பை உணருகிறாள்
தன் உடலைச் சற்று ஆசுவாசப்படுத்த
சிவனை விலகிபோகச் சொல்கிறாள்
சரிபாதியானவன் நிலைகுலைகிறான்
தனது பாதியுடலுடன்
மூன்று நாட்களுக்கு எப்படி வாழ்வது
ஒப்பந்தந்தை மீறக்கூடாது என்கிறான்
நீயின்றி நானில்லை என்றபடி
வலது கரத்தால் இறுக்க அணைக்கிறான்
என் கால்களை நீட்டி நான் அமர வேண்டும்
என் உடலுடன் நான் உறங்க வேண்டும்
இடது கரத்தால் சிவனைப் பிய்த்தெறிந்துவிட்டு
தனது பழையபீடத்தின் வெற்றிடத்தில்
வந்தமர்கிறாள்
பிரகாரச் சுற்றுப்பாதை எங்கும்
ஒற்றைக் காலடியின்
இரத்தத் தடங்கள்.

விலக்கப்பட்ட குருதி 2

மழையிரவு பௌர்ணமி
கொடிமரத்தில் தொத்திக்கிடக்கிறது
மூக்குத்தியில் சொட்டும் ஒளி
கொத்தும் கிளியை
பிடிக்க முயல நழுவிப் பறக்கிறது வெளியே

துரத்தியபடி பின்தொடர்கிறாள் மீனாட்சி
கூதலுடன் வழியும் நிலவு
கற்தளத்தில் குளிர்மை புகைய
பாதங்கள் கூசி உடல் சிலிர்க்கிறாள்
தொடைகளுக்கிடையில் வெம்மையுடன்
இறங்கும் கசிவை
பாவாடையால் துடைத்தபடி ஓடுகிறாள்
சுற்றுப் பிரகாரம்
ஆயிரங்கால் மண்டபம் வழி பறந்து
பொற்றாமரைக் குளத்தில்
மிதக்கும் நிலவின் மேல் அமர்கிறது
செல்லக்கிளி
உள்ளாடையை அவிழ்த்து அலசுகிறாள்
குளத்து நீரில்
உதிர வாசம் முகர்ந்து
கால்களை மொய்க்கும்
கைகளைக் கொத்தும்
மீன்களை முந்திவிரித்து
பிடிக்கிறாள்
பழைய நினைவில்

குளத்து நிலா
கொஞ்சம் கொஞ்சமாகச் சிவப்பதன்
அதிசயம் கண்டு
மீனாட்சி மீனாட்சி என
கூவி அழைக்கிறது கிளி.

பேய் மொழி

பேயின் சாயலெல்லாம்
பெண்
பெண்ணின் சாயலெல்லாம்
பேய்

பேயின் மொழி
கவிதை

கவிதையின் சாயலெல்லாம்
புனிதவதி
பெண்ணாகி
கவியாகி
பேயாகி

பேயின் மொழி
விடுதலை

பூமிக்கு வெளியே
நிற்கிறாள்
நீலி.

எனது மதுக்குடுவை

அம்மா

எனது திசையெல்லாம்
உனது விரல்பிடித்து நடக்காமலே விரிந்தது
எனது நேசமெல்லாம்
உனது மடியில் அமராமலே வளர்ந்தது
எனது இரவெல்லாம்
உனது முந்தானையில் ஒளிந்திருக்கும்
கதைகளில்லாமலே விடிந்தது
எனது பருவமெல்லாம்
உனது ஆறுதலற்றே கடந்தது
இன்னும் நம்புகிறேன்
எனக்கான முத்தங்களையாவது
வைத்திருப்பாயென்று.

என் குழந்தை பல வாரங்களாகப் பேசவில்லை

தெற்கே தலைவைத்து நாங்கள் படுத்ததில்லை
ஊருக்குத் தெற்கே சுடுகாடு இருந்தபோது

தலை வைத்துப் படுக்க
ஒரு திசையில்லை
இப்பொழுது
ஊரே சுடுகாடாய்

பதுங்கு குழிக்குள்
அழுகிய பிணங்களுடன்
பேசிக்கொண்டிருந்த என்னுடன்
என் குழந்தை
பல வாராங்களாகப் பேசவில்லை

வெடியோசை
பற்றியெரியும் ஊர்கள்
வெட்டி எறியப்பட்ட உடல்கள்
மரண ஓலம்
பிண நாற்றம்
பயம் பீதி பசி
இவற்றுடன்

பேசாத என் குழந்தை
இதைத் தவிர
என்னுடன் எதுவுமில்லை
என் வீடு வாசல்
என் தாய் தந்தை
என் கணவன்
என் மூத்த பிள்ளை
என் உற்றார் உறவுகள்
என் வார்த்தை
என் சுவாசம்
இங்கு எதுவும் எனக்கானதில்லை
பேசாத என் குழந்தையைத் தவிர
வெள்ளைக் கூடாரத்திற்கு
வந்து சேரும்வரை

முள்வேலிச் சிறைக்குள்
விறைத்த துப்பாக்கிகளின்
கண்காணிப்பில்
எனதுடல் நொதித்துக் கொண்டிருக்கிறது
பாழுங்கிணறென.

தலைப்பு: பெயர் சொல்ல முடியாத ஒரு ஈழப்பெண்ணின்
வாக்குமூலத்திலிருந்து எடுக்கப்பட்டது

மிதக்கும் நிலம்

கருகிய வானம் தீய்ந்த பூமி
பொங்கிப் பொங்கி அடங்குகின்றன
மீண்டும் மீண்டும்
அனைவரின் கனவுகளிலும்
ஒற்றை நிலம் மிதக்கிறது

ஆயுதங்களால்
உயிரூட்டப்படும் நிலம்
பனியில் நனைந்து குளிர்ந்த
பீரங்கிக் கொம்பென
இறுகிய நடுநிசியில் தன் மகளை
வழியனுப்பத் துணிகிறாள்

குண்டடிப்பட்டுத் திசையெங்கும்
சிதறிக்கிடக்கும் வாழ்வை நிந்திப்பதை
என்றோ மறந்துவிட்டாள்
எல்லா வேண்டுதல்களும்
நிறை சூலியாய் தோணியில்
அகதியாய்ப் போகும் மகளுக்காகவே
உடைந்த பானையோட்டில் மீந்த
பழங்கஞ்சியாய்த் தேங்கிக் கிடக்கிறது

அடி சாய்க்கப்பட்டப் பனையென
தாயைக் காட்டில்
தனியே தவிக்கவிட்டதைத் தாளாமல்
அவளுடம்பே பேரிதயமாய்த் துடித்துக் கசிகிறது
அருகில் தன்நிலை மறந்து
இவளையே வெறித்தபடி
பெற்றவரை இழந்த பாலகன்
குஞ்சும் குட்டியுமாய்
சில குடும்பங்கள்
பலகையோடு பலகையாய்
அடிப்படகில் ஒடுங்கி மறைந்து
கடலிருட்டில் விரைகிறது
மிதக்கும் நிலம்

பூனையைப் போலத் தன் குட்டிகளை
எத்தனை இடங்கள் கவ்வித் திரிந்தாள்
இத்தனைக் காலமும்
ஒவ்வொன்றாய்க் காவு கொடுத்துவிட்டு
கடைசிக் குட்டியை
வலுக்கட்டாயமாக வழியனுப்பிவிட்டாள்
முட்டிக்குக் கீழே
கண்ணிவெடி தின்று தீர்த்த கால்கள்

கூந்தலை இழந்த மொட்டைப் பனையென
இடம்பெயர மறுத்து
தூரத்து அலைகளில்
தனது கடைசிக்குட்டி மிதந்து போவதைப்
பார்த்துக்கொண்டிருக்கிறாள்.

வணக்கம் தோழர்

நெருக்கமாகக் கம்பிகள் பின்னப்பட்ட
வாகனத்தில் நீ அமர்ந்திருந்தாய்
உன்னைச் சுற்றி
ஆயுதமேந்திய காவலர்கள்
போக்குவரத்து நெரிசலில் சிக்கிய
வாகனங்கள் மெல்ல ஊர்கின்றன
கிழக்குக் கடற்கரைச் சாலையில்

என்னைப் போலவே இருசக்கர வாகனத்தில்
பலரும் அவரவர் அவசரத்தில்
ஒருவரையொருவர் புறக்கணித்தபடி
அந்த வாகனத்தைப் பின்தொடர்கின்றனர்
உன்னை அடையாளம் கண்டுகொண்ட
அக்கணத்திலிருந்து உனக்கான வணக்கத்தை
எப்படித் தெரிவிப்பது என்ற தயக்கத்துடனேயே
உன்னைப் பின்தொடர்கிறேன்
நீயும் பின்தொடரும் சாலையையே
பார்த்துக்கொண்டு வருகிறாய்

வாய் திறந்து வணக்கம் தோழர் என்றால்
உன்னை விடுவிக்க வந்த தீவிரவாதியாக
என்னைக் காலைச் செய்திகள் கூவி விற்கக்கூடும்
சிறிது புன்னகையுடன்
மௌனமான தலையசைப்பு
உன்னைச் சங்கடப்படுத்துமோ
உறுத்தலுடன் உன்னையே பார்த்தபடி
பின்தொடர்ந்துகொண்டிருக்கிறேன்

நீயும் என்னையே பார்த்துக்கொண்டு வருகிறாய்
நிச்சலனமான உன் முகத்தில்
இரு புறாக்குஞ்சுகள் அமர்ந்திருக்கின்றன

துணிவான ஒரு கணத்தில்
என் தலைவணங்கி நிமிர்ந்து பார்க்கிறேன்
அவை பறந்துவிட்டிருந்தன.

எனதன்பே சர்மிளா

உனக்கான என் முத்தங்கள் அவ்வளவும்
என்னிடமே திரும்புகின்றன
இன்பத்தின் வாசல்கள் அனைத்தையும்
இறுக்கத் தாழிட்டுக்கொண்டாய்

படையணி வலம் வராத தெருக்களும்
துப்பாக்கி ஓசை எழாத தோட்டங்களும்
சித்திரவதைக்கூடங்களற்ற ஊர்களும்
சிதைக்கப்பட்ட பெண்களின் உடல்கள்
கண்டெடுக்கப்படாத காடுகளுமே
உனது கனவாய் நிற்கின்றன

சிப்பாய்களின் கனத்த காலணியின்
கீழ் நசுங்கிக் கிடக்கிறது
நம் நிலத்தின் வாழ்வும் நீதியும்
நலிந்த உன் உடலும் நடுங்கும் விரல்களும்
நமது நிலத்தின் அமைதியை நேசிக்கின்றன
உன் மென்நெஞ்சுக்குள் துடிக்கும்
வலிய இதயம்
கொலைவெறிபிடித்த அதிகாரத்துடன்
தொடர்ந்து போரிட்டுக் கொண்டேயிருக்கிறது
இன்னும் நியாயத்தின் சிறுகீற்றுகூட
உனது வாசலைத் தொடவில்லை
நூற்றுப்பத்து கோடி காவல் நிற்க
அடக்குமுறையின் அசுரவாய்
உனது பருவத்தின் கனவுகளைத்
தின்றுகொண்டிருக்கிறது.

இரோம் சர்மிளாவுக்கு...

கெடுக சிந்தை கடிது இவள் துணிவே*

அடம்பமும் நெய்தலும் அழிந்து
வம்பா மேடும் சிதைந்த
கிழக்குக் கரையோரம்
சிசுவுக்கு முலையூட்டும் இளம்மாது
தாயைச் சுனாமிக்கு இழந்தாள்
தந்தையோ கடந்த கச்சான்காத்துக் காலத்தில்
சிறுமீன் கூட்டம் துரத்தி கடலோடி
சிங்களவீரனின் குண்டடிபட்டு மாய்ந்தான்
தமயனோ வாடைக்காத்துப் பருவத்தில்
கச்சத்தீவுக்கருகில் வலைவீசிக் காத்திருக்க
சிங்களப்படை குண்டுவீச்சில்
படகோடு அழிக்கப்பட்டான்
கணவனோ வங்கக்கடலில்
சிங்களனால் கடந்த மாதம்
கழுத்தில் சுருக்கிட்டு மூழ்கடிக்கப்பட்டான்
இப்போது தன் சிறு மகனைக்
குளிக்க வைத்து துவைத்த ஆடையுடுத்தி
கடலோடி மீன்பிடிக்கச் செல்லும் ஆடவருடன்
தொழிலுக்கு அனுப்புகிறாள்
கெடுக சிந்தை கடிதுஇவள் துணிவே.

* நன்றி : ஒக்கூர் மாசாத்தியார்

ஒட்டகங்கள் குதிரைகள் ஒரு மீன்கூடை

என் பாட்டியிடம்
ஐந்து அரபு ஒட்டகங்களும்
ஆறு கிரேக்கக் குதிரைகளும்
ஒரு மீன்கூடையும் இருந்தன
அவள் தனது கூரை வீட்டின்
சுற்றுக் கால்களிலேயே
அவைகளைக் கட்டி வைத்திருந்தாள்
அதனால் வீடு குழந்தைகள்
கும்மாளமிடும் மைதானமாயிருந்தது

விடிவெள்ளியே எழ அஞ்சும்
கருக்கலில் வாசல் பெருக்கி
சட்டிப்பானை கழுவி
பல்துலக்கி
நிமிர்ந்து கீழ்வானத்தைப் பார்த்து
ஒரு கும்பிடுவைத்து
ஒரு சொம்பு நீராகாரத்தால்
வயிற்றை நிரப்பியபின்
மீன் கூடையுடன்
பத்துமைல் தொலைவு
கிழக்கே நடப்பாள்
ஒளி தீண்டாத குளிர்க்காற்று
இவள் அலுப்பைத் துடைத்தபடியே
துணையாய்க் கைகோர்த்து வரும்

கரைபிடிக்க முந்தும்
தூரத்துப் பாய்மரங்களுக்கிடையே
இவளின் வெற்றிலைச் சிவப்பேறிய
உதடு போன்ற தொடுவானத்துச் சூரியன்
கடலை முத்தமிட்டுச் சிரிக்கும்
கரையில்
காத்திருப்பவளைக் கண்டவுடன்

ஊரூராய் மீன் விற்றுத் திரும்புகையில்
காலிக்கூடையில் அரிசி புளி மிளகாய்

பிள்ளைகளுக்குக் கொஞ்சம் தீனி
விறகுக் கட்டு மொந்தைக் கள்ளுடன்
பேய் பிசாசு முனி மோகினி
தேவதைகளைக் கையில் பிடித்தபடி
மாலை வீடுவந்து சேர்வாள்
இந்த ஒட்டகங்களும் குதிரைகளும்
அவளைப் பின்தொடர்ந்து வந்துவிட்டன

குளித்து முடித்து வாசலில் பாய் விரித்து
வெற்றிலையை மென்றபடியே தொடங்குவாள்
மோகினியின் மடியில் உறங்கும்
குழந்தைகளின் அருகில்
ஒட்டகங்கள் அசைபோட்டுக்கொண்டிருக்கும்
குதிரைகள் கால்மாற்றி நின்று கனைக்கும்.

முடிவுறாத யுத்தம்

காட்டுத் தீயின் உக்கிரம் அனத்தும்
கோடை நாளில்
நீ திரும்பி வந்தாய்
நமது கடற்கரையில் ஆமைக் குஞ்சுகள்
முட்டைக்குள்ளே கருகியிருந்தன
அலை எப்போதும் போல்
அமைதியாய் இல்லை
மீன்கள் செத்துக் கரையொதுங்கி நாறின
காகங்களின் இரைச்சலில்லை
கல் அடுப்பில் வென்னீர்
கொதித்துக்கொண்டிருக்கிறது
நான் குளிக்கும் ஓலைத் தடுப்புக்குள்
வந்து ஆடை களைகிறாய்
உடலெங்கும் தடித்த ஊமைக்காயங்கள்
உன் விரைகள் வீங்கி
துமிட்டிக் காய்களெனப் புடைத்திருக்க
கலக்கத்துடன் உன் மேல் நீர் வார்க்கிறேன்
கண்களில் நீர் தளும்ப
பற்றிக்கொள்கிறாய்
நீ அடிக்கும் போது தடுக்காத
என் கைகளை
இனப்போர்
எல்லைகளைக் கடந்து தொடர்கிறது
அந்நாளோ பற்றியெரிகிறது
அணைக்க முடியாக் காட்டுத்தீயென.

தேங்காது பெய்த மழை

கால் விரலைக் கொத்தும்
சிறு மீனெனக் காமம்
மெல்லத் தயங்கித் தயங்கிக் கொத்திய
எனதுடலை எப்படி அழைப்பது
கொட்டித் தீர்க்க கனக்கும்
கார்த்திகை மழை
மெல்ல மீட்டப்பட்ட
கோப்பை நீரில்
சலம்பி எழும் நாதம்
மென் தூவிகள் பொதிந்த கூட்டின்
அவயத்து இளம் சூட்டின் கதகதப்பு
சுரைக்குடுவையில் பொங்கும் இளம் கள்
நிலவின் முத்தங்களால் தீராத வானம்
பௌர்ணமிக்குப் பெருகும் கடல்
பின்கழுத்துப் பூனைமயிர் வருடும் வாடை
இடிக்குப் பூத்துவிடும் லில்லி மலர்கள்
மார்கழிப் பனி நடந்த புல்வெளி
சோலைக் காடுகளின் தவழும் இருள்
அடக்கப்பட்ட மூத்திரம் வெளியேறிய ஆசுவாசம்
முலை வாசமுணர்ந்த சிசுவின் பரவசம்
கிளர்ப்பூட்டும் வார்த்தைகள்
உடலின் பாரம் தாளாது
வெடிக்கும் இலவம்
வெளியெங்கும் பறந்து நிறைக்கிறது
வெற்று உடல்.

மனத்தீ

அதிகக் காதலர்களை
அடைந்த ஒருத்தி
தனது காமம் கடலளவு
விரிந்ததென அறிவித்தாள்
தனது நண்பர்களுடனான
குடிவிருந்தின்போது
அவள் அப்போது இரண்டு
புட்டிகளைக் காலி செய்திருந்தாள்
தன் கணவன் உட்பட
தன்னுடன் படுத்த எவனுக்கும்
காதலிக்கத் தெரியவில்லை
என்றபடி ஆண்களின் உறக்கத்தை
அபகரித்துக்கொண்டு போனாள்

காதல் மன்னர்களென மகுடம்
தரித்துத் திரிந்த
அவளின் முன்னாள் காதலர்கள்
அவளொரு ரோகி என்றனர்
இளம் காதலர்கள்
அவளொரு சூர்ப்பனகை என்றனர்
அதிகமாகக் காதலிக்கப்பட்டவளென
அறியப்பட்ட அவள்
ஒரே இரவில்
அதிகமாக வெறுக்கப்பட்டவளானாள்
கூடுமிடமெல்லாம்
அவளின் நினைவை எரித்து
தங்களைப் புனிதமாக்க முயன்றனர் ஆண்கள்

என்றாலும் கணவன்மார்களின்
கட்டுக்காவல்களைத் தகர்த்து
விஸ்வரூபமெடுக்கும்
மனைவிகளின் யோனிகள்
மூட்டுகின்றன மனத்தீயை.

உதிர விதை

மலைகிராமத்துப் பெண்ணொருத்தி
தன் பூப்புக் குருதியை
விதைகளில் பிசைந்து
பாறை மீது உலர்த்துகிறாள்
காடெல்லாம் அடரும்
அரிய குறிஞ்சிபோல
பூப்பு வாசம்
மலைப் பிரதேசத்தை நிரப்புகிறது

இமை மயிரிழை கால்களுடைய பூரான்கள்
இடுக்கிலிருந்து வெளியேறி
அவளைப் பின்தொடர்கின்றன

பீ வண்டுகள் மழைக்கு முன்
சாணத்தோடு விதைகளையும்
குழிகளுக்குள் உருட்டிச் செல்கின்றன
உலகத்தைக் கடத்திச் செல்லும் பரபரப்போடு

சோலைகளில் அமர்ந்த தேனீக்கள்
சடைத்த மரங்களில் சேமிக்கின்றன
உயிர்த் திரவத்தை
உச்சிக் கிளைகளில் தொத்திக்கிடக்கின்றன
கருமேகத் துண்டுகளெனத் தேனடைகள்

சிறிய குதிரிலிருந்த விதைகளை
மடி நிறைய அள்ளி வந்து
நீரோடையில் உதிர்க்கிறாள்

பள்ளத்தாக்குகள் சமவெளிகள்
பச்சை மழலையாய்த் தவழ்கிறது
ஆயிரமாயிரம் கால்களுடன்.

ஒரு மழையும் நீயும்

இந்த மழைக்காலப் பெரும்பொழுது
இரைதேட முடியாத
பறவையெனத் தங்கிவிட்டது
கற்தேரின் பாரமென
கடக்க முடியாத உன் நினைவு
கல்லாகவும் கானலாகவும்
மாறி மாறிக் குழப்புகிறது
அகற்றவோ தணிக்கவோ
முயலும் மனம்
அறுந்து விழும் பட்டமென
என் வீழ்ச்சி
நடுக்கமும் படபடப்புமாய்
அரசிலைகளெனச் சலசலக்கும்
உடலைப் பொத்தி அணைக்க
பிடியிலிருந்து வெளியேறத் தவிக்கும்
தும்பியென நரம்பெல்லாம் துடிதுடிப்பு
கனிந்து கனக்கும்
சிறு பப்பாளிப்பழ முலைகளை
உறிஞ்சும் வெறுமையின்
வறண்ட உதடுகள்
நினைவைக் கிளர்த்தும்
இளம் நுங்கின் சுவையூறிய
உன் இதழ்கள்

சொக்கப்பனையின் சுவாலையென
பற்றியெரிக்கிறாயடி என்னை நீ.

கலைச்சின்னம்

விளம்பரத் தட்டிகள்
சுவரொட்டிகள் பத்திரிகைகள்
திரைப்படங்கள் பாடல்கள்
தொலைக்காட்சி நிகழ்ச்சிகள்
அரசு விழாக்கள்
அரசியல் மேடைகள்
கோயில் விழாக்கள்
கலாச்சாரக் கொண்டாட்டங்கள்
அனைத்திலும்
மிகத் துல்லியமாய்
புணர்ச்சியை நினைவூட்டும்
உடல் அசைவுகள்
அதன் பிம்பங்கள் குரல்கள்
தொப்புள் துளைகள் மீது ஊரும்
கதாநாயக விரல்கள்
விழி நுரைக்க வாய்வடிய
மெய்மறந்து களிக்கும்
செந்தமிழர்கள் இன்னும்
தொப்புளுக்குக் கோயில் கட்டிக்
குடமுழுக்கு எடுக்காதது
அதிசயத்திலும் அதிசயமானதென்று
சீன யாத்திரீகன் குறிப்பிடுகிறான்.

கல்லறை வீடு

கடற்கரை பிரெஞ்சு உணவகம்
பாஸ்தா வாசத்துடன்
ஓவியக் கண்காட்சிக் கூடம்
சிறிய வேப்பிலைக் கண்களுடன்
மங்கோலிய இனப்பெண் தனது
பிரெஞ்சுக் காதலனுடன்
கொஞ்சிக்கொண்டிருக்கிறாள்
அக்கூடத்தின் சிற்பமென

மாறிய காட்சிகள்
அதே பெண் அலறியபடி
சாலைக்கு ஓடி வருகிறாள்
அவன் தலைக்கு மேலே
இருசக்கர வாகனத்தைத் தூக்கி
அவள் மேல் ஒரு பூங்கொத்தைப்போல எறிய
குறி தவறி விழுகிறது
அவளின் இரண்டு வயது குழந்தை
மிரண்டு அழுகிறது

பொன்னிற கூந்தலுடன் திறந்த வாகனத்தில்
தனது இந்தியக் காதலனின்
கழுத்தில் படர்ந்தபடி பயணிக்கும்
ஐரோப்பியப் பெண்
சூரியனும் கடலும்
வண்ணப் பருவங்களை உடுத்தும் நிலமும்
தனது வாழ்வின் வரைபடத்தை
மாற்றியதாய் நினைக்கிறாள்
சலித்த பருவத்தில் துரத்தப்பட்டவள்
திக்கற்று குறுகிய செம்மண் சாலையில்
காற்று மழைக்குக் குலைந்த வாழையாய்
நடுங்குகிறாள் கைக்குழந்தையுடன்
பன்மொழி நகரத்தின்
உருண்டை மண்டபம்
சப்பாத்தி முட்தோலுடன் உருள்கிறது

நேரம் காலம் குறித்து
குலம் கோத்திரத்துடன்
கைத்தலம் பற்றியவளை
முற்றிய வாதத்தில் சுற்றம் சூழ
அவள் முடியைப் பற்றி
சுழற்றி எறிகிறான் கணவன்
திருஷ்டிப் பூசணிபோல
நிலைகுலைந்து உடைகிறாள்
இனம் மொழி தேசம்
கடந்த கடக்காத பெண்
இல்லத்தைத் துறந்து வெளியேறுகிறாள்
காதலனும் கணவனும்
கல்லறைகளாக மாறிய வீட்டைச்
சுமந்தபடி அலைகிறார்கள்
காலந்தோறும்.

சின்ட்ரெல்லாவின் தேசம்

மேல்மாட வீதி கீழ்மாட வீதி
ராஜகோபுர வீதி தேரடி வீதி
சந்து சாலை
காவல் நிலையம் சிறைச்சாலை
மதுக்கடை கோயில் குட்டிச்சுவர்
வளர்ப்பு மிருகமென உலவிய ராஜகுமாரன்
களியாட்ட விருந்தில் கண்டெடுத்ததாகக் கூறி
ஒற்றைக் கண்ணாடிக் காலணியுடன்
தன் இளவரசியை மீட்க வந்ததாய்
சூளுரைக்கிறான்

குதிகால் உயர்ந்த கண்ணாடிச் செருப்புகள்
அதிர அரங்குக்குள் வருகிறாள் சின்ட்ரெல்லா
ஆகட்டும் ராஜகுமாரா
பன்னாட்டு மன்னர்களுடன் நீயும்
என் அந்தப்புரத்தை அலங்கரிப்பாயாக

அடுக்கடுக்காக கண்ணாடிச் செருப்புகள்
அலமாரிகளில் துடைத்து அடுக்கப்படுகின்றன
சின்ட்ரெல்லாவின் தேசத்தில்.

பெண்ணென்னும் நினைவு

கோதுமைநிறக் கனவுக்கன்னி
கண்டிப்பாக முலைகள் பெரிதாகவும்
எந்நேரமும் புணர்ச்சிக்குத் தயாராகவுமிருக்கும்
ஒருத்தியை ஆயுள் முழுவதும்
உருவாக்கிக்கொண்டிருக்கிறான் கலைஞன்

அவனுக்குத் தன் தாயைப் போன்ற கருத்தவளோ
தன் தமக்கையைப் போன்ற குழந்தை சுமக்கும்
பால் வீச்சமடிக்கும் பெண்ணோ
தேவதையாக மாட்டாள்

மாதவிடாய்க் குருதி பஞ்சு அட்டைகள்
ஆணுறை கருத்தடைச் சாதனங்கள்
கருத்தரிப்பு கருக்கலைப்பு பிரசவம்
சமையலறை கழிவறை சாக்கடை
சளி ரணம் மலம்
மூத்திரம் வாந்தி பேதி
எதுவுமில்லாத பெண்ணுடம்பு

சொத்துள்ள மனைவி
ஆண்மைக்குச் சாட்சியாய்ப் பிள்ளைகள்
சொந்த வீடு கார் - இருக்கலாம்
மது புட்டிகள் போதை வஸ்துக்கள்;
புத்தக வெளியீடுகள்;
தொழில் அதிபர்கள் திரைப்பிரமுகர்கள்;
ஊழல் தெய்வங்களின் அருளாசிகள்
பாராட்டுகள் பல்லிளிப்புகள்
கூழைக்கும்பிடுகள் விருதுகள்
என ஒரு எளிய பட்டியல்

பறைசாற்றி அலையும் ஆண்குறிக்கு
எப்போதும் இடமளிக்கும் ஒரு புழை
இவன் உடல் புழுத்து நெளிந்துகொண்டிருக்கிறது
பூமியின் அகண்ட மலக்கோப்பைக்குள்.

சுயவுருவப்படம்

சாய்க்கப்பட்ட நெடுஞ்சாலை மரமென
துவண்ட உடல்
பாயும் ஒளி தீண்டிக் கூசிக் திணறி
வெளிறிப்போய்க் கிடக்கிறது
நரம்பு புடைக்க முறுக்கி அடங்கிய
வேர்க் கால்களுக்கிடையே
கொப்பளித்துப் பரவுகிறது
கரும்பாசிகள் அடர்ந்த
கோடைக் குளமென உதிரம்

குளத்தின் ஒற்றைச் செந்தாமரை
மெல்ல இதழ் விரித்து
உலகை அழைக்கிறது சத்தமான
தூரிகையின் தளிர் உடலால்
பூமித் திரையில் மிக மூர்க்கமாக
தன்னைத் தீட்டத் தொடங்குகிறது.

மிச்சம்

முத்தத்தாலும்
இன்பத்தாலும்
நேசத்தாலும்
காதலாலும்
கருணையாலும்
காமத்தாலும்
கழிவிரக்கத்தாலும்
குரோதத்தாலும்
கீழ்மையாலும்
துயரத்தாலும்
தீமையாலும்
பகையாலும்
வெறுப்பாலும்
அமைதியாலும்
அழுகையாலும்
அவமதிப்பாலும்
இயலாமையாலும்
என் வீட்டுக் குதிர்கள்
நிரம்பி வழிகின்றன
அளக்கத் தொடங்குகிறாள்
என் மகள்
மீந்து நிற்பது நானா.

சாட்சிக்கு வர மறுக்கும் வனப்பேச்சி

வழக்கமான ஒரு நாளில்
எந்தக் கணியனும் அசாதாரணமென
கணிக்காத நாள் அது
ஈரேழு தேசத்து மன்னர்கள்
நிறைந்த அவையில் ஏலமிடப்பட்டாள்
வனப்பேச்சி
அவளுடைய ஆதிகுடிகளுடன்
அவளை அழகுபடுத்த
அவளின் உடம்பெல்லாம்
ராட்சச அரம்கொண்டு சிரைக்கப்பட்டது
பாறைகள் துருத்தி ஓடைகள் வறண்டு நின்றாள்
அவள் நிர்வாணம் மறைக்க
தேயிலையை ஆடையெனப் பூட்டி அலங்கரித்தனர்
பன்னாட்டு அழகுக் கலைஞர்கள்
மடி வறண்டு
அவள் கர்ப்பங்கள் வெட்டவெளியில்
கலைந்துகொண்டிருந்தன
இனி ஒருபோதும் அவள்
வனத்தை ஈன முடியாது
வனக்குடிகளிடமிருந்து
மீட்கப்பட்ட பேச்சி
தமிழ் நிலத்தின்
தேவகன்னி கற்புக்கரசி உலக அழகி
பேரழகியென அறிவித்து
செல்வந்தர்களுக்குத் தாரைவார்த்த
மாமன்னனைப் போற்றி மகாகாவியங்கள்
புனைந்து மகிழ்ந்தனர் கவிப்பேரரசர்கள்
அன்றிலிருந்து அவள்
அரசவைக் கவிகளின்
அன்றாடப் பாடுபொருளானாள்.

சடலம் கூரையிலிருந்து சரிந்துகொண்டிருக்கிறது

பசும் நிழல் அண்டாத
சுவரிலிருந்து கொட்டும் குழாயில்
உடம்பை அலசும் பெண்கள்
வளையங்கள் உரசி நொதித்த காயங்கள்
பற்றி எரியத் தொடங்கின

உடலை அலச அலச
சூடு தணியாத ஒருத்தி
விருட்டெனத் தாவிக் கூரையில் அமர்ந்தாள்

காசுக்கு நீரை விற்கும் அயோக்கியர்கள்
தன்னைக் கொல்லக் கூடியிருப்பதாய்
ஓலமிட்டாள்

பைத்தியக்காரியே கீழே இறங்கு
விடுதிச் சேவகன் கத்தினான்
விற்ற ஊர்க்குளத்தைக் கொண்டுவா
கொலைகாரா என்றாள்
காப்பாளன் வந்தான்
உதைத்து இறக்குடா கிழவியை

என் ஆறுமில்ல
என் குளமுமில்ல
என் பிள்ளைகளுமில்ல
புலம்பல்
ஈரம் வற்றிய காற்றில்
கரைந்துகொண்டிருந்தது

கொட்டும் அருவிக் கரையோர
மர நிழலில்
நீராடிய களிப்புடன் கண்ணயர்ந்திருந்த
இளம்பெண் அவள்.

சடலம் கூரையிலிருந்து சரிந்துகொண்டிருக்கிறது.

ஆட்கொணர்வு மனுக்கள்

கள்ளக் காதலுக்காகக் கணவனைக் கொன்றவள்
போதையில் தள்ளாடும் பெண்கள் விடுதிகள்
மாணவிகளின் கள்ளவுறவு
திருமணத்துக்கு முன் உடலுறவு
ஆபாச உடைக் கலாச்சாரம்
பண்பாட்டைச் சீரழிக்கும் பெண்கள்
கோயில்களைத் தாக்க சதி
முஸ்லிம் தீவிரவாதிகள் சிக்கினர்
காட்டில் பதுங்கியிருந்த
பயங்கரவாதிகள் சுற்றிவளைப்பு
தொட்டி மீனுக்கு இரையிடுவதுபோல
தலைப்புச் செய்திகள்
கதை புனையும் ஊடகங்கள்
உலகம் ரொம்பக் கெட்டுவிட்டதாக
கொதிக்கும் சனங்கள்
மயிர் பிளக்கும் விவாதங்கள்
நாம் தினமும் சுவைப்போம்
சூடான தேனீருடன்
அதற்குள் பேரங்கள் முடிந்து
சில கிராமங்கள்
பெரிய நதிகள்
அடர்ந்த காடுகள்
உயர்ந்த மலைகள்
திரைகடல்கள்
விலைபோயிருக்கும்
நமது பூர்வீகமும்
சில மனிதர்களும்
தடயமற்றுப் போயிருப்பர்
அயல்தேச வங்கிகளில்
பலகோடிகள் குவிந்திருக்கும்

குப்பைக் குன்றுகளுக்கிடையே
பன்றிகளுடன் துரத்தப்பட்டவர்களின்
புது வாழ்வின் ஒளிமயமான
எதிர்காலம் துவங்கியிருக்கும்

நீதிமன்றங்களின்
துருவேறிய கதவுகளை
ஆட்கொணர்வு மனுக்களின்
துவண்ட கரங்கள் சில
தொடர்ந்து தட்டிக்கொண்டிருக்கும்.

நதிக்கரை நாகரிகம்

சிந்திய நீரை
குழந்தை விரலால் இழுத்து
வளையமிட்டதுபோல்
பாரிஸ் நகரை
அமைதியாகச் சுற்றி வரும்
சேன் நதி
கால்களை நனைக்க
படிக்கட்டில் இறங்கினேன்

1961
சேன் நதியில்...
விடுதலைக்காகப் போராடிய
அல்ஜீரியர்களை
நதிக்குள் தூக்கியெறியும்
பிரெஞ்சு வீரர்கள்

1999
தாமிரபரணியில்...
கூலிக்காகப் போராடிய
மாஞ்சோலை தலித்துகளை
ஆற்றுக்குள் அடித்துக் கொல்லும்
தமிழகக் காவலர்கள்

2009
நந்திக் கடலை
ஈழத் தமிழர்களின்
உதிரத்தால் பெருக்கடித்த
இலங்கை ராணுவம்

நதிகள்
கறைகளை அழித்துவிட்டு
அரசுகளைப் போலவே
தடயமில்லாமல் நகர்கின்றன

தொன்மையும் புனிதமும்
சொல்லிச் செல்லும்
ஆறுகளைப் பார்க்கும்போதெல்லாம்
அதில் மிதந்த சடலங்களும்
காட்சிக்கு வருகின்றன.

தலைவி பிரிவு

கைவிளக்கை மொய்க்கும் ஈசல்கள்
பெருத்த இந்த முன்னிரவில்
கைவிடப்பட்ட தேனடையாய்த் தொங்குகிறது
நீ வெளியேறிவிட்ட இந்த வீடு
சிறு சுடரின் கதகதப்பை
ஏந்தித் திரிந்த உனது குரல்
வீடு முழுதும்
மிகச்சன்னமாய் உறைந்திருக்கிறது
உதிர்ந்த இறகெனப் பார்வை
தொடுமிடமெல்லாம் அலையும் உனதுருவம்
சட்டென்று கிளம்பும் பறவையென
என்னை உரசியபடிப் போனது
மௌனத்தின் களிம்பேறி
பிசுபிசுத்துக் கிடக்கிறது
நீ தீண்டிப் புழங்கிய
அனைத்தும் அதேயிடத்தில்
சிறைப்பட்ட பூனையென மோதுகிறது
எனதுடல் அங்குமிங்கும்
பின் புயல் சாய்த்த மரமென
வீழ்கிறேன் படுக்கையில்
தவிப்பும் தனிமையும்
சேர்ந்தென்னைப் பித்தாக்க
எனது குரல்
என்னையே விழுங்கும்
பாம்பெனச் சீறியெழுகிறது.

தீப்பற்றி எரியும் நிர்வாணம்

நஞ்சருந்தியோ சுருக்கிட்டோ
தற்கொலைக்கு முனையும் பெண்கள்
முன் எச்சரிக்கையுடன் உள்ளாடைகளை
மறக்காமல் அணிந்துகொள்கிறார்கள்
சொந்த உறவுகளால் தற்கொலைபோல்
கொல்லப்படும் பெண்கள்
இதில் விதிவிலக்கு

மரணத்திற்குப் பின்னான
தங்கள் நிர்வாணத்தை நினைத்து
அஞ்சும் அவர்களை
ஆடை ஒருபோதும் காப்பதில்லை
ஏனைய உறவுகளைப் போலவே
அவையும் துரோகம் இழைக்கின்றன

பிரேதப் பரிசோதனை வளாகத்தில்
சூன்யத்தை வெறித்தபடி கிடக்கிறது
மாண்ட பெண்ணின் சடலம்
காட்சிப்பொருளாய்க் கடைவிரியும்
அழகிய பெண்ணின் நிர்வாணம்

வக்கிரத்தின் விஷக்கொடி
சுவரெங்கும் படர்கிறது
கருத்தப் பச்சையுடன்
பிணவறைக் காப்பாளருக்கு
பொன் முட்டைகளைப் பரிசளிக்கும்
சிறப்பு விருந்தாளியான
நடிகையின் சில்லிட்ட சதை

தன் உடலுக்குத் தானே எரியூட்டி
மாளும் பெண் நெஞ்சுரத்துடன்
நிர்வாணத்துக்கும் வக்கிரத்துக்கும்
சேர்த்தே எரியூட்டுகிறாள்.

விலங்குப் பண்ணை

கண்ணாடிகள் பளபளக்கும்
தலைநகரின் எஃகுக் கோட்டைக்குள்
கனவுகள் அரக்கிடப்படுகின்றன
அறம் நீதி அடையாளம்
அதிகாரம் வரலாறு தத்துவம்
குளுமை புகையும்
பிரமாண்ட சபைகளின்
கனத்த பேரேடுகளில்
அறைந்து சாத்தப்படுகின்றன
பட்டினத்தை அழகாக்க
பன்னாட்டு வல்லுநர்கள்
வகுத்த திட்டங்கள் தயார்
குற்றவாளிகளென நிற்கும் குடிசைகள்
வசீகரிக்கும் இலவச முழக்கங்கள்
விண்ணையே விலை பேசும்
எஜமானர்களுக்கு
எம் பூமி கடலைப்பொரி காசு
பேரங்கள் முடிந்துவிட்டன
அந்நியப் படையெடுப்புகளோ
அறிவிக்கப்பட்ட யுத்தமோ நடக்காமல்
குடிசைகள் தரைமட்டமாயின
நாங்கள் உயிர் வாழ
பானைகள் போதுமென்றும்
அவற்றின் தரம் அளவுகள்
சர்வதேச விதிகளைக் கடைபிடித்து
சமைக்கப்பட வேண்டுமெனவும் ஐ.நா. கோரியது
பானைகள் தயாரிக்க உலக வங்கி
வடியில்லாக் கடன் வழங்கியிருக்கிறது
நேச நாடுகளும் உதவிக்கரம் நீட்டியுள்ளன
நட்சத்திர இரவுகள் நடத்தி
நடிகர்கள் நிதி திரட்டி அளித்தனர்
அறிவுஜீவிகள் பட்டிமன்றத்தில்
அரசளித்த பானைகள்
மண்ணா பொன்னா என வாதிட்டுப்

பொற்பானைகளே பொற்பானைகளே
எனத் தீர்ப்பு வழங்கினர்
தாயுள்ளம் படைத்த தலைவரின்
பொற்காலத்தில் தாங்கள் வாழ்வதாகவும்
பானைக்குள் குளிர்சாதன வசதி
மட்டும் குறையென்றும்
நற்சான்றிதழ் கொடுத்தனர்
அரசியல் மாமேதைகள்
ஐ.எஸ்.ஐ முத்திரை பதித்த
துளையிடப்பட்ட பானைக்குள்
எங்களின் இனிய குடும்பம்
நீங்களும் பார்வையிட வரலாம்
அரசின் அனுமதி அட்டை பெற்று
இந்த விலங்குப் பண்ணைக்கு.

தமிழ்ச் சிறுமிகளும் மலையாளக் குழந்தைகளும்

குளிரூட்டப்பட்ட தொடர்வண்டிப் பெட்டியில்
குறுக்கும் நெடுக்குமாக அலையும்
குழந்தையைத் துரத்திச் சென்று
பிடித்து வருகிறாள் குட்டிப்பெண்
எஜமானியின் விலையுயர்ந்த
திருத்தப்பட்ட பழைய உடைக்குள்
அவள் தன் சிறிய உருவத்தை
ஒட்டி வைத்துள்ளாள்
தூண்டிலில் சிக்கிய மீனென
அவளது விழிகள் துடித்துக்கொண்டிருந்தன
அந்நீண்ட பயணம் முழுவதும்
அவளுடலின் மறைவிடங்களில்
பதுங்கியிருக்கும் சூட்டுக் காயங்கள்
அடிபட்ட பாம்பெனச் சுருண்டிருந்தன
காலந்தோறும் பின்தொடரும்
நல்லதங்காள் கதையிலிருந்து
தாய் இவளைத் தப்ப விட்டிருக்கலாம்
குடித்து அழியும் தகப்பனால்
பொன் முட்டையிடும் வாத்தெனக்
கடனுக்காகக் கழுத்தறுக்கப்பட்டிருக்கலாம்

மரச்சீனிக் கிழங்கு
வாசமடிக்கும் வீடுகளுக்குள்
நாள் குறிக்கப்படாத
மரண தண்டனைக் கைதியாய்
அடைபட்டுக் கிடக்கும்
சிறுமிகளின் உடல்கள்
சித்திரவதைகளுக்குப் பின்
சிலவேளை ரணங்களுடன்
பிணவறையில் கண்டெடுக்கப்படலாம்

தமிழகத்து அடிமாடுகளைவிட
சற்றுக் கூடுதல் விலைக்கு விற்கப்படும்
சிறுமிகளைக் குறித்து
தேசியவாதிகள் யாரும்
சாலை மறிக்க முன்வருவதில்லை.

நாடோடிக் கூற்று

உடல்களின் மேய்ச்சல் நிலத்தில்
மேய்ப்பவளான அவள்
காதலின் நிறம் சிவப்பு
அதன் மணம் கவிச்சி
அதன் சுவை உப்பு
என்று அறிவித்தாள்
வன்மத்தின் கூர்மையான
பனிச் சிம்புகள் வகுந்த
ரணத்தை உடலெங்கும்
பார்த்ததாகச் சொன்னாள்
காதல் இறப்பற்றது
என்பது தன் நிலத்து
அறிவிலிகளின்
அதீதமான புனைவு என்றாள்
மனைவிகளின் பிணத்தின் மேல்
ஆண்களின் குறிகளை நட்டு
தாம்பத்திய கொடி பறக்கும்
வீடுகள் தோறும்
காதலின் பிணம் அழுகி
நாறுவதாக உரைத்தாள்
தன் நிலத்தின்
அகப்பாடல்கள் அனைத்தும்
காதலின் இரங்கற்பாக்கள்
என்றும் கூறுகிறாள்
அந்த நாடோடி.

ஆயிரத்து இரு இரவுகள்

குருட்டு இரவில் கண்களைக் கட்டியபடி
தன் கத்திகளை வீசத் தொடங்குகிறான்
ஆயிரமாயிரம் காதலர்களை
மறைத்து வைத்திருக்குமவள்
வேசியென உமிழ்கிறான்
தலையணை உறைக்குள்ளா
படுக்கை விரிப்பிலா
பாய்ச் சுருளிலா
புத்தக அடுக்கிலா
பரணிலா அஞ்சறைப் பெட்டியிலா
அவனின் பழைய காதலிகள்
இப்படியொரு துரோகம் புரிந்ததில்லை
குற்றச்சாட்டுகளுடன்
திரிக்கப்பட்ட வடமாய் இறுகும் இரவுகள்

அவன் அச்சமெல்லாம்
அழுக்கை உருட்டியே
ஆணைச் சமைத்துவிடுவாளோ
அதுவும் துதிக்கையளவுக் குறியுடன்

ஆயிரத்து இரண்டாம் இரவின் முழுநிலவு
அவன் மண்டைக்குள் காய்ந்தது.

பெரும் படையல்

எப்போதும் சிறு பிரார்த்தனையோடு
விடிகின்றன அவள் இரவுகள்
மந்தமான ஒரு காலை வேளையில்
புதுப்பெண் புருஷனிடம்
சிறிது தயக்கத்துடன்
காதிலும் மூக்கிலும் துளிப்பொன் மினுக்க
குடிசையோரம் நின்றபடி
சின்ன விண்ணப்பம் வைத்தாள்
இன்றாவது கொஞ்சமா குடிங்க...

அவளின் தினக்கோரிக்கைகள்
அவனின்
உலோகச் செவிகளைத் தீண்டயியலாமல்
ஆண்டுக் கணக்கில் அலைந்தன
அவளின் காதல் மொழியும்
அறுபத்து நான்கு கலைகளும்
கணவனின் கல்லிதயத்தைக்
கரைக்கப் போதவில்லை
நிர்க்கதியானவள்
இழந்த நிம்மதியையும் வாழ்வையும்
மீட்டளிக்க வேண்டிக் கோயில் கோயிலாய்ப்
பிதற்றத் தொடங்கினாள்
பக்தியில் குத்தமிருக்குமென்று
விரதமிருந்தாள் தீ மிதித்தாள்
அலகு குத்தினாள்
அங்கப்பிரதட்சணம் செய்தாள்
அவளின் பிரார்த்தனைகள்
அனாதைப் பிணமென
நிராதரவாய் விடப்பட்டன
சட்டிச் சருவமெல்லாம் சாராயமாகப்
பண்டமாற்றும் வித்தையைக்
கைதேர்ந்த தந்திரக்காரனாய்
வெற்றிக்களிப்புடன்
நிகழ்த்திக்கொண்டிருந்தான் தினமும்

கடைசியாய்
மூத்த மகளின் குட்டியாட்டை விற்று
குலதெய்வத்துக்குக் கறிச்சோறும் சாராயமும்
படையல் வைத்தாள்

வேலையிலிருந்து வீடு திரும்பியவர்கள்
செய்தி சொன்னார்கள் அவள் கணவன்
கோயில் தோப்பில் மாண்டு கிடப்பதாக.

பரிசில் பரம்பரை

கறுப்புப் பணத்தை
வெள்ளையாக்குவதுபோல்
வார்த்தைகளுக்குச் சாயமேற்றி
விற்கத் தெரிந்த வியாபாரிகள்
நிறைந்த சந்தையில்
மொழியின் விளைச்சலைத்
தலையில் சுமந்தபடி
வரிசையில் காத்திருக்கின்றனர்
செந்தமிழ்ச் சம்சாரிகள்

அதிகாரத்துக்கெதிரான
மக்கள் அரசியலைக் கூவிக்கூவி
விற்று கல்லா கட்டும் எஜமானர்கள்
ஆள் அம்பு ஏவல் பெருத்த
அதிகாரி மந்திரி
அரண்மனை வாரிசுகளுடனான நட்பு
அகழியைவிட ஆழமானது என்றனர்
கோப்பெருஞ்சோழன் பிசிராந்தையார்
மோசிக்கீரன் கதைகள்
மதுவிடுதிகள்தோறும் பரிமாறப்பட்டன
பின்பு
உன்னதமான ஒரு மாலைப்பொழுதில்
பிரமாண்ட அரங்கில் பட்டியல் திணற
மாண்புமிகுகளைத் தருவித்து
அங்கீகரிக்கப்பட்ட தரகரென
முடிசூடிக்கொண்டனர்
இடைத்தரகரின்
பரிந்துரைக்குக் காத்திருக்கின்றன
மாண்பை வளர்க்கும்
பாரம்பரியம் மிக்க படைப்பாளிகளின்
எளிய கையேந்தல்கள்
அதீத விசுவாசம் எப்போதும்
தோல்விகளைப் பரிசளிப்பதில்லை
விசுவாசிகளின்
பன்முகப்போட்டி நிறைந்த உலகில்

பழம்பெரும் மூத்த பால்யகால
நீண்டநாள் ஈடுஇணையற்ற மிகச்சிறந்த
சிறந்த நல்ல... இப்படி
அடையாளம் பெற முடியாத
விரக்தியில் குடித்தழிகிறது
விசுவாசக்கலை கைவரப்பெறாத
கற்றுக்குட்டி கூட்டமொன்று

நமது தலைமுறை
அலங்காரமான வரிகளால் தூக்கிலிடப்பட்டு
முச்சந்தியில் தொங்கிக்கொண்டிருக்கிறது.

கெடுக சிந்தை கொடிது இவள் பணிவே

முன்னொரு பாட்டனை இவள் பாட்டி
பரத்தை வீட்டுக்குக் கூடையில் சுமந்து சென்றாள்
தந்தையோ ஊருக்கொரு குடித்தனம்
வில்வண்டி கட்டிக்கொண்டு போனான்
கணவனோ களையெடுக்கும் பெண்களை
மிரட்டிப் புணர்ந்தான் காணிகளில் சிலதை
விற்று விலைமகள்களிடம் சென்றான் மூத்தமகன்
திருவிழாக் கோலம் பூண்ட கிராமத்தின்
மேளவொலி கேட்டதும் குளித்துக் கிளம்பும்
இளையவனுக்கு துவைத்த துணி எடுத்துக் கொடுத்து
வேளையோடு வந்து சாப்பிட்டுப் போகும்படி
சொல்லி அனுப்புகிறாள் எல்லாமறிந்த இவள்
கெடுக சிந்தை கொடிது இவள் பணிவே.

தாய்க் கொடி

நீண்ட வரிசைக் கேள்விகள்
அடையாள அட்டை
தட்டு தம்ளர்
பாய் போர்வை
ஓரிரு நாள் பொட்டலச் சோறு
பிறகு
ஏதோவொரு தொழுவம்
துப்பாக்கிச்சூடு
செல் அடி
ராக்கெட் வீச்சு
பீரங்கித் தாக்கு
கண்ணிவெடி
ஜெலட்டின் குச்சு
பேனட் கத்தி
லத்தி ஆணுறுப்பு
கள்ளத்தோணி
சிதையா யோனியுடன்
தப்பிப் பிழைத்து தஞ்சம்
வந்தாரை வாழ வைக்கும்
மூத்த உடன்பிறப்புகள்
குழந்தைப் பாலுக்கு
ரேஷனுக்கு அடையாள அட்டைக்கு
உடலை லஞ்சம் கேட்கும்
தொல்குடி மறவர்கள்.

மாபலி விருந்து அழைப்பு

ஆன்றோரே சான்றோரே
பேரறிஞர்களே மூதறிஞர்களே
கவிஞர்களே கலைஞர்களே
அரசு ஊழியர்களே
என் உயிரினும் உயிரான தமிழர்களே
நாம் சுவாசித்தது ஒரே காற்று
நாம் பேசியது ஒரே மொழி
நாம் நடத்தியது ஒரே பேரம்
நாம் விதித்தது ஒரே விலை
நாம் விற்றது ஒரே இனம்
காட்டிக் கொடுக்க நீண்டதும்
நம் ஒரே விரல்
நாம் செய்ததும் ஒரே துரோகம்
இம்மாபெரும் வரலாற்றை
நாம் சாதித்த
ஓராண்டின் நிறைவைக் கொண்டாடும்
விருந்துக்கு அழைக்கிறேன்
உலகே தமிழ் மண்ணில் திரளட்டும்

விரோதி வருடம்
சித்திரை ஐந்தாம் நாள்
வங்கக் கடல் தீவில்
சிங்கப் படைகள்
சில லட்சம் மக்களைக் கொன்றொழித்து
சீர்மிகு வரலாறு படைத்த
மாபலி நாளின்
மாண்பினைப் போற்றும் வகையில்

இச்சித்திரை மாதம்
பௌர்ணமி தினத்தில்
மனித குலமே கண்டிராத வகையில்
மாபெரும் விருந்து நடக்கிறது
அனைவரும் கலந்துகொண்டு
விருந்தினைச் சிறப்பிக்குமாறு அழைக்கிறோம்
அறுக்கப்பட்ட மென்முலைகள் போன்ற

இட்லியுடன் பிள்ளைக் கறி பிசைந்த
செவ்வரிசிச் சோறு
மதுவருந்தும் கவிஞர்களுக்கு மட்டும்
நுரை பொங்கும் செங்குருதியுடன்
மூளை வறுவல் வழங்கப்படும்

இதிலுள்ளவை தவிர்த்து
சிறப்புணவு தேவையெனில்
மூன்று தினங்களுக்கு முன்
எங்கள் கவனத்திற்குக் கொண்டு வந்தால்
தீவிலிருந்து
தனி விமானத்தில்
தருவித்துத் தர ஏதுவாகயிருக்கும்

உலகச் சமூகமே வியந்து நிற்க
உலகத் தமிழர்கள் ஒன்றாய் நின்று
இப்பலி விருந்தைச் சிறப்பிக்கும்படி
கேட்டுக்கொள்கிறோம்

இவ்விருந்தை வழங்குபவர்கள்
ஹைடு அன் சீக் வேர்ல்டு விஷன்
ஹனி டியு அண்டு ஸ்பிரிங் பிரிவரிஸ்
ஆன்டி வார் அண்டு பீஸ் ஹன்டர்ஸ்
வேர்ல்டு நைட்ரோ கெமிக்கல்ஸ்
இன்டர்நேசனல் வார் கிரிமினல்ஸ் அசோசியேஷன்.

குறிப்பு : தவிர்க்க இயலாத காரணத்தால் ஆங்கிலத்திலேயே அயல் நாட்டு நிறுவனங்களின் பெயர்கள் அச்சிடப்பட்டுள்ளன. இதைப் பிழையாகக் கருதித் தமிழ்ப் பற்றாளர்கள் விருந்துக்கு வராமல் இருந்துவிடக் கூடாது. இது எங்கள் அன்புக் கட்டளை.

கொள்ளையர்கள் ஜாக்கிரதை

பிறந்தநாள் இறந்தநாள்
கல்யாணம் காதுகுத்து
கருமாதி மஞ்சத்தண்ணி
எல்லாவற்றுக்கும் தட்டிகள்
தேசியத் தலைகள் முதல்
உள்ளூர் முக்கியப்புள்ளிகள் வரை
அணிவகுத்து முறைக்கும் படங்கள்
அத்துடன் இலவசமாக
அரசியல் வருங்காலமே வசந்தகாலமே
எதிர்காலமே இறந்தகாலமேயென
திகிலூட்டும் வசனங்கள்
நெடுஞ்சாலை குறுஞ்சாலை
மூலைமுடுக்கு சந்து பொந்து
மின்கம்பங்கள் மரங்கள்
முளைத்து நிற்கின்றன
ராட்சச பிளாஸ்டிக் தட்டிகள்

தமிழர்களின் தைரியத்தைக்
குறைத்து மதிப்பிட முடியாது
வேந்தர்கள் சிற்றரசர்கள்
தீவட்டிக் கொள்ளையர்கள்
வழிப்பறிக் கொள்ளையர்கள்
முகமூடிக் கொள்ளையர்கள்
மிட்டாமிராசுகளென
விதவிதமான கொள்ளையர்களின்
கீழ் வளர்ந்த வம்சம் நாம்

ஒருமிடறு எச்சிலை விழுங்கி
தலையெழுத்தை நொந்தபடி
தட்டிகளைக் கடக்கும்
மனிதக் கூட்டம்

தாய்மார்கள்
தெருத்தட்டிகளில் பூதங்காக்கும்

பெருத்த உருவங்களைப் பூச்சாண்டிக்காட்டி
குழந்தைகளுக்குச் சோறூட்டப் பழகிக்கொண்டனர்

பேருந்து நிலையத்தில்
ஒட்டப்பட்ட தேடப்படுபவரின் முடிவுறாத
பட்டியல் முகங்கள்
வண்ண வண்ணத் தட்டிகளில்
வீதிதோறும் நின்று
கம்பீரமாகக் காட்சியருளுகின்றன.

அரசியல் அமைதி

கண்களைக் கட்டி கைகளைப் பிணைத்து
ஆடைகளைக் கிழித்து சிதைக்கப்பட்ட
அவளுடலில் அடையாளத்தைச் சீய்க்கின்றன
ஊடகங்கள்
இவளோ அவளோ
குதறப்பட்ட அவளின் நிர்வாணத்தைக்
கருப்பு மைபூசி காவல் நிற்கிறது
சுரணையற்ற தன்மானம்
கிழிக்கப்பட்ட யோனியும்
குதறப்பட்ட முலைகளும்
சிரிக்கின்றன
கொடூரத்தை மறைக்க முயலும்
போலி மனிதாபிமானத்தைக் கண்டு
மௌனத்தின் கருப்பு மைபூசி
அவமதிக்கப்பட்ட படுகொலைகள்
செய்திகளாய்க் கொட்டப்படுகின்றன
நமது தட்டுகளில்
நமது அறத்தை
அழிக்கப்பட்ட ஆயிரமாயிரம் தமிழர்களுடன்
வரவேற்பறையில் புதைத்துவிட்டோம்.

இசைப்பிரியாவுக்கு...

சிறுசுடரான யோனி

கொழுத்த களிநண்டுகள்
அலையும் அலையாத்திக்காட்டில்
செம்பவளச் சில்லென
ஒளிர்ந்துகொண்டிருக்கிறதென் யோனி
காமத்தின் பேரலையை
ஆத்திக்கொண்டிருக்கும் விழுதுகளின்
மேலே கூடமைக்கின்றன
தூரதேசப் பறவைகள்
நட்சத்திரங்கள் புதைந்துபோன
சதுப்பு நிலத்தின்
கூதிர்கால இரவொன்றில்
இளம் குஞ்சுகளுக்கு ஒளியேற்ற
கொத்திக்கொண்டு பறக்கிறது
கருங்கால் நாரை
அதன் அலகில்
சிறுசுடரென எரிகிறதென் யோனி
கரும்திரையென நிற்கும் வானில்
சிலாக்கோல்கள் போன்ற
சுரபுன்னைக்காய்கள் நீரைக்கிழித்து
சேற்றில் விழும் சத்தம்
மிகமிகச் சன்னமாகக் கேட்கிறது
அப்போது.

நீலியின் மகன்கள்

கழிவறைத் தடுப்புக்குள்
பிசுபிசுத்துக் காய்ந்த விந்துவை
அலசியபடி மனைவிமார்கள்
பெய்யும் மூத்திரத்துடன்
அதிருப்தியுடன் விடிகிறது
அன்று காலை

தோப்புகளில் புதர்களில்
வல்லுறவில் சிதைக்கப்பட்ட
சிறுமிகளின் பெண்களின்
ரத்தக் களரியான
ஈ மொய்க்கும் யோனியுடன்
எழுகிறது சூரியன்

பசி எரியும் சூல்கொண்ட
வயிற்றைத் தடவியபடி
வீதிகளில் கையேந்தித் திரிகிறது
பைத்தியக்காரிகளின் அன்றைய பொழுது

ரப்பருறை மாட்டிய குறிகள்
உரசிக் காந்தும் யோனிக்குக்
களிம்பிடும் பரத்தைகள்
மலிந்த விடுதிகள்
ஆறாத ரணங்களுடன்
ஒரு தேனீரின் கதகதப்பில் விழிக்கிறது

காலம்
வன்மமேறி விடைத்த
ஆண்குறியைக் கையில் பிடித்தபடி
வேட்டைக்குக் கிளம்புகிறது
தினமும்
சங்கம் தொட்டு
காதல் புதையுண்டுபோன நிலத்தில்
ஈன்று புறம் தரும் மகளிர்

*பிரசவமனையில்
அறுக்கப்படும் தொப்புள்கொடிகளுடன்
பிஞ்சுக் குறிகளைக் கொய்கிறாள்
மருத்துவச்சி நீலி.*

காமம் தீர்ந்த நூற்றாண்டு

உன்னை இந்த மழைக்காலத்தில்
சந்திப்பதென உறுதியாயிருந்தது
நாம் பிடித்துவிளையாடிய
பனையேறிக் கெண்டைகள்
எனது தெருவில் அலையும்
மழைநீரில் சலம்பிக்கொண்டிருக்கின்றன
நீ இல்லாமலேயே இப்பொழுது
கூடலில் சுரக்கும் மதநீரென
கூரையிலிருந்து வடிந்து
தாழ்வாரத்தை நனைத்த தரையிலிருந்து
கிளம்பி நெளிந்தன மண்புழுக்கள்
பிரிவு நம்மிடையே
மூங்கில் புதரெனக் கிளைத்திருந்தது

இளவேனிலில் தழைத்த
அரசிலைத் தளிர்களெனத் தளும்புகிறது உடல்
குறியறிந்த வேட்டுவச்சி கொண்டாடக் கிளம்புகிறேன்
காமத்தின் அருவியாகி நிற்கிறாய்
ஆற்றோரக் குடிசையில்
உன்னையே கலயமாய் எடுத்துப் பருக
கலவியின் சுவை ஈச்சம் கள்ளென
நுரைத்துச் சுழித்தோடுகிறது தேகமெல்லாம்

பறவைகளின் இசைக்கோர்வையில் மூழ்கிய
வனத்தின் பெரும்பொழுது முழுவதையும்
குடித்து முடித்து
கருத்த மரங்கள் திணறுகின்றன
அதன் கரங்களில் நிரம்பி வழியும்
பேரியாழின் இசையைச் சேமிக்க இயலாமல்
அப்பொழுது
இந்நூற்றாண்டின் காமம் முழுவதும்
தீர்ந்துவிட்டதாக அறிவிக்கிறாய்

அடர்ந்த காட்டில்
மாபெரும் செண்பகமாய் மலர்ந்திருந்தோம்
பனித்த அவ்வதிகாலைப் பொழுதில்
சிவந்த கந்துகளின் மீதமர்ந்து
மதுவருந்துகின்றன வண்ணத்துப்பூச்சிகள்.

காதல் சந்தை

பெண்களின்
சந்தைவிலைப்
புள்ளிகளை உயர்த்த
சில குறிப்புகள்
அழகுச்சாதனப் பொருட்களைத்
தொடர்ந்து பயன்படுத்தும் நுண்ணறிவு
துவளாத கன்னக்கதுப்புகள்
கருவளையமிடாக் கண்கள்
நாசுக்காக மழுங்கிய நக விளிம்புகள்
வேர்வை கசியா அக்குள்
பிசிர்களின் தடயமில்லாமல்
ரோமம் மழித்தவுடல்
மெழுகு தடவிய ஆப்பிளின்
பரிசம் மிக அவசியம்
வெண்ணை உடலில் நீந்தித் திளைக்கும்
புணர்ச்சிப் பரவசம் தரும்
கற்பனைக்கும் நிஜத்துக்குமான
இடைவெளியை நிரப்ப வேறு யாரால் முடியும்
அவளுடலைப் பற்றிய அருவருப்பின் தும்பு
அவன் கண்களை உறுத்திவிடக் கூடாது
விளம்பரங்களில் தொலைக்காட்சிகளில்
திரைப்படங்களில் கேளிக்கை விடுதிகளில்
சந்தைகளில் வாசம்வீசும் மெழுகுச்சிலைகளென
யுவதிகளைக் காட்சிப்படுத்தும் வியாபாரிகள்
கைப்பையில் எப்போதும் மயிரகற்றும்
பொருட்கள் அதிமுக்கியம் என்கிறார்கள்
அத்துடன்
ரோமங்கள் வறண்ட மார்பில் சாய்ந்து
கண்கள் சொருகி
குடிவெறியில் வாயில் துப்பிய
ஊத்தை முத்தங்களும்
முழு விரைப்பற்ற குறிகள் நுழைந்து
எழுப்பிய கிளர்ச்சிகளும்
பல உச்சங்களைத் தந்ததாக
பொய்யுரைக்கவும்
அவள் கற்றிருக்க வேண்டும்.

எனது மதுக்குடுவை

என்னிடமுள்ள இக்குடுவை
என் மூதாதையரிடமிருந்து வந்தது
நூற்றாண்டுகளாக
உன்மத்த வாசம் வீசுமது
எம் பெண்களின்
முத்தத்தால் நிரம்பியிருந்தது
அதன் ரேகைகளில் ஒளிந்திருக்கும்
அமுதின் ஊற்று
என்னைக் காணும்போதெல்லாம்
பிள்ளைச் சூரியனாய் வழிந்தது
கள்ளுடன் சுட்டக்கருவாடும்
மாசிமாதக் கூத்துமாய்க் களைகட்டிய
இளமையின் நினைவைப் பருகுகிறாள்
குடுவையைப் போலிருக்கும் பாட்டி
ஊர்ச்சுற்றி மீன் விற்கும்
நெடிய அலைச்சலுக்குப்பின்
அவளின் மாலைப் பெரும்பொழுதுகள்
பொங்கும் மதுவுடன்
காதலும் நுரைத்து வழிந்ததாம்
அவளின் பேரானந்தத்தின் குளம்
எப்போதும் நிரம்பித் தளும்பியபடியிருந்தது
எங்களின் தாழ்ந்த எரவாணத்தில்
சொருகிய மீன்பரிக்கு அருகில்
கயிற்றில் ஊஞ்சலாடும் சுரைக்குடுவை
ஒரு குட்டித் தேவதையென
எனது பால்யத்திலிருந்து
என்னைத் தொடர்ந்துகொண்டிருக்கிறது
அதற்கு எப்போதும் வசீகரமான
ஒரு மர்மப் புன்னகையை
நான் பரிசளித்துக்கொண்டிருந்தேன்

வீட்டுத் தென்னையின் முதல் காய்
குலதெய்வப் படையலானது

அடுத்த பாளையில் கள்ளிறக்கி
உலகை இரண்டாவது முறை
சுவைக்கக் கொடுத்தாள் அம்மா
மோகத்தின் பித்தேறிப் பருகிக்கொண்டிருக்கிறேன்
இவ்வுலகை இக்குடுவையில் ஊற்றி.

பெண் வயல்

அகவெளி புறவெளி பொதுவெளி அனைத்தும்
ஆண்களின் பொதுக்கழிப்பறையாகப் புழங்கும்
நிலத்தில்
ஒருத்தி நுழைகிறாள்
அவளின் அடையாள அட்டைகள்
சரிபார்க்கப்படுகின்றன
அவை இச்சமூகத்தால் அங்கீகரிக்கப்பட்டதில்லையென
முதல் காவலரணிலேயே மறுக்கப்படுகிறது
நிராகரிப்பின் முகத்தில் காறி உமிழ்ந்து
எதிர்ப்பின் தடங்களைப் பதிக்கிறாள்
வன்முறையாலும் சதியாலும் கீழ்மையாலும்
நிரம்பி வழியும் அவ்விடம்
அவளைக் குரூரத்துடன் எதிர்கொள்கிறது
பாழ்வெளியின்
வேட்டை விலங்கெனக் குதறத்துடிக்கும்
ஆண்திமிரை வெட்டிச் சாய்த்து
வக்கிரத்தின் மலக்குழிகளைத் தூர்க்கிறாள்
வெறுமையுற்ற அந்நிலம்
கைவிடப்பட்ட குழந்தையாய்க் கேவுகிறது
தாய்மையின் ஊற்று
காலத்தின் ரணம் ஆற்றிப் பெருகுகிறது
அதன் கரைமுழுதும்
அவள் மடி தானியங்களைத் தூவ

விளைநிலங்களை நோக்கி
எல்லாத் திசைகளிலிருந்தும்
பறவைகள் வரத் தொடங்கிவிட்டன.

மநு மறுபதிப்பு

தேசம் இனம் மொழி
விடுதலை தியாகம்
குடும்பம் ஊர் உறவு
அன்பு கருணை காதல்
அர்த்தங்கள் புலப்படுவதில்லை
பெண் போராளிகளுக்கு
உறவுகள் பொய்த்த தேசத்தில்
நம்பிக்கையளிக்க மறுக்கும்
சொந்தங்கள் மலிந்த முற்றங்களில்
கழுமரங்கள் குத்திட்டு நிற்கின்றன
தன் மகளை தன் தமக்கையை
தன் தாயை தன் காதலியை
தன் மனைவியை தன் மருமகளை
அடித்து ஏற்ற
குலக்கேடின் சின்னமாக்கி
அவளின் உடல் கொடும்பழியின்
முள்படுக்கையில் கிடத்தப்படுகிறது
முழக் கயிறோ கிணறோ
குளமோ குட்டையோ
ஆறோ கடலோ நிரந்தர
புகலிடத்தைப் பரிந்துரைக்கிறார்கள்
இன விடுதலையின்பால்
குரல்வளை கிழிய முழங்கியவர்கள்
வீடுகள் நாறிக்கொண்டிருக்கின்றன
கலாச்சாரத்தின் மயிர் கரிந்து
திசைகள் மறிக்கப்பட்டு
பொறிக்குழிக்குள் விழுந்த
யானையெனக் கதறுகிறது எதிர்காலம்
யுத்தம் தின்று தீர்த்த மயானத்தில்
பறித்தெடுக்கப்பட்ட நாக்கை
கரங்களில் ஏந்தி அலைகிறார்கள்
பிழைத்து மீந்த பெண்கள்
புதைக்கப்பட்ட புத்தனின் குழிமீது
மநு தன் அவதாரங்களின்
கதையைப் பாடுகிறான் செந்தமிழில்.

புலி சேர்ந்து போகிய*

என் வேலியில் நிற்கும்
எரிந்த பனையில் கையூன்றி
எனது மகள் எங்கேயெனக் கேட்கிறாய்
பல்லாயிரம் கண்கள் நிம்மதியாய் உறங்க
கண்விழித்துக் காடுகரைகளில் காவலிருந்து
எதிரிப்படைகளைத் தடுத்து நின்றாள் பல இரவு

புலி தங்கி நீங்கிய கல்குகைபோன்ற
ஈன்ற வயிறு இங்கிருக்கிறது
முள்ளிவாய்க்கால் மணற்கரையில்
புலியின் தடம் மட்டும் மீந்திருக்க
எங்கிருக்கிறாளெனத் தெரியவில்லை.

* நன்றி: - காவற்பெண்டு

நெடுஞ்சாலை

தேனீக்கள் மொய்க்கும்
அவரை படர்ந்த வேலியும்
ஆட்டுப் புழுக்கை
மலிந்த வீடும்
பூவரச நிழலும்
வேப்பமரத்தடிப் பள்ளியும்
எருமைக்குட்டையும்
குயில்தோப்பும் முந்திரிக்காடும்
பறவைகளின் இரைச்சல்
மிகுந்த கடற்கரையும்
பால்யத்தின்
பழைய புகைப்படமாய்த் தொங்குகின்றன
நெடுஞ்சாலைகளை உருவாக்கும்
அகதி வாழ்வில்

நெடுஞ்சாலைகள்
எங்களைக் கடத்திச் செல்கின்றன
வேறொரு நெடுஞ்சாலைக்கு.

கனவு

பள்ளியிலிருந்து
இரவுக்குப் பின்னும்
அழைத்துவரப்படாத குழந்தை
நினைவுக்கு வர
முன்னிரவு விழிப்புத் தட்டி
விளக்கை ஏற்றுகிறாள்
உறக்கத்தில் சிறு உதடு
இழையச் சிரிக்கிறாள் செல்லக்குட்டி
பதைக்கும் மனம் அடங்க
பல இரவுகளானது.

சிரிக்கும் புத்தனின் மகாதுவம்சம்

துடிக்கத் துடிக்கக் குதறிய
புத்தனின் ஆயிரம் வாய்களும்
ஆயிரமாயிரம் கைகளும்
எங்கள் ஈரக்குலைகளை
மயானக் கொள்ளையிட்டன
நந்திக்கடல் முழுவதும்
நரவெறி கொண்டு
பிள்ளைக்கறி புசித்தான்
புலால் உண்ணாமையை
போதித்த புத்தன்
துரட்டியென நீண்ட
கொலைக்கரங்களை
யோனிக்குள் நுழைத்து
கர்ப்பப்பைகளைப் பிடுங்கி எடுத்து
இனி பிறக்கப்போகும்
சிசுக்களோடும்
யுத்தத்தைத் தொடருகிறான்
சிரிக்கும் புத்தன்.

முள்வேலி முகாம்

வானமோ வானவில்லோ
சூரியனோ சந்திரனோ
மலைத்தொடரோ அலைகடலோ
ஆற்றங்கரையோ அடர்ந்தகாடோ
வீடோ விளையாட்டு பொருளோ
தோட்டமோ பள்ளியோ
எதுவும் அவளுக்குத் தேவையில்லை
முகாமிற்குள்
அச்சத்துடன் விரல்பிடித்து
பின்தொடரவும்
கருத்த இரவுகளில்
மடியில் சுருண்டு படுக்கவும்
அம்மா வேண்டும் அவளுக்கு
ஏதாவது ஒரு அம்மா.

முள் கம்பிகளால் கூடு பின்னும் பறவை

மழைச் சொல்

இலையில்
சிறகில்
கூரையில்
கொடிக் கயிற்றில்
மின் கம்பியில்
காலயர்ந்து ஓய்வெடுக்கும்
மழை
காற்று சிறு கைத்துண்டென
தலை துடைக்க
மனதில் உதிரும் நீர்ச் சொல்லென.

குதிரை லாயங்கள்

குதிர குதிர
ஆயா அவளைக் குதிர குதிர
என்னும் போது அவளுக்கு
நான்கு கால்கள்
பால்யம் உதிர்ந்ததும்
அது இரு மடங்காகிப் பாய்ந்தது

திசைக்கு ஒரு காலாய் உதைத்து
திறக்கக் கற்ற நாளில்
அவள் சேமிப்பின்
கையடக்க நூல்கள்
எரிந்து கொண்டிருந்தன
வெந்நீர் கல்அடுப்பில்

வீட்டின் கூரையைக் கிழித்து
வானம் இடிந்துக் கையில் விழுந்தது
அக்கணத்தில்தான்

மாயக் கால்களை உருவாக்கும் சக்தி
அச்சிட்டப் புத்தகங்களுக்கு உண்டென
ஆழமாக நம்பினர்
ஆணும் பெண்ணும் புணர்ந்தால்
குழந்தை பிறக்கும் என்பது போல

வெளியேறிய குதிரைகள் மறுமுறை
லாயத்தில் அடைபடுவதேயில்லை
எஜமானர்கள் சேனத்தோடு
வசப்படுத்திய கழுதைகளின்
விசுவாசத்தைப் புகழ்ந்தபடி
வோட்கா அருந்திச் சாகிறார்கள்
அதிநவீன லாயங்களில்

ஒரு சிறுமி நூலக அடுக்கிலிருந்து
உருவிய புத்தகத்தை
காதலுடன் தடவும்போது
அவளுக்குக் குதிரைக்கால்கள்
முளைத்து விடுகின்றன.

கன்னத்தில் குழிவிழும் சிறுமி

கன்னத்தில் குழியிருக்கும் சிறுமியை
அனைவருக்கும் பிடிக்கக் காரணமிருக்கும்
ஒரு மிட்டாயையோ
ஒரு பலூனையோ
சட்டென்று பார்த்தவுடன்
கொடுக்கத் தோன்றும்
அவள் யாரெனத் தெரியாவிட்டாலும்
தூக்கி முத்தமிடத் துள்ளும்
ஆட்டுக்குட்டி மனதை அடக்கி
செல்லமாகத் தட்டி
பூஞ்சிரிப்பால் கண்களைச் சிமிட்டி
சினேகத்தின் நூல் பந்தால்
ஒரு சிறு முடிச்சிடலாம்

கன்னத்தில் குழி விழும் விழாத
குழந்தைகளின் கள்ளமற்றச் சிரிப்பை
இனிப்புக் காட்டிக் கொல்பவனின்
வீட்டுக் குட்டித் தேவதைகளுக்கு
எப்போதும் தேவதூதன் அவனே

குழந்தையின் உயிரா
கருவாய்த் திரண்டிருக்கும்
சிசுவின் உயிரா
மருத்துவரை நீதிபதியை
கட்டை அவிழ்த்து நீதி தேவதை
மலங்க மலங்கப் பார்க்கிறாள்
கன்னத்தில் குழிவிழும் சிறுமியை
நடுங்கும் கரங்களால் பொத்தியபடி.

குழந்தை இரவு

உப்பை நக்கிப் பசியாறும்
பிள்ளைகளின் மேல்
கண்ணாடிப் பொட்டுகளை
இறைத்து நடனமாடும் பகல்

சாணம் மொழுகிய தரையில்
புற்றைத் தேடும் கருப்பெறும்புகள்
வெண்புள்ளிகளை விழுங்கி
இரவைப் பிரசவிக்கின்றன

குழந்தை
கூரைக்கும் தரைக்கும் வளர்கிறது
வாயுடைந்த உண்டியலுள்
அந்தநாள் விழுகிறது
ஒரு கவளமாக.

கோழிக் குழம்புக்கான குறிப்பு

அடுக்குமாடிக் குடியிருப்பில்
சேவல் வளர்ப்பவளுக்கு
ஒரு வளர்ப்புச் சேவலை
எங்கு அடைப்பதென்று தெரியவில்லை

முதலில் சுவர்களைத் தாண்டி
அதன் குரல் கசியக்கூடாதென்ற
கவனம் தேளாய்க் கொட்ட
முப்பொழுதும் கடுக்கும் நினைவு
அவள் வீட்டிலில்லாத பொழுதிலும்
அலறும் தொலைக்காட்சி

நாய் பூனை போல்
சுதந்திரமாக அதனுடன்
நடைப்பயிற்சிக்கோ பொதுயிடத்துக்கோ
போக முடியாது

ஒரு சேவல்
தன்னை வளர்ப்புப் பிராணியென
ஊருக்கு அறிவிக்க விரும்புவதில்லை

பால்கனியில் விடவும் கூடாது
சுற்றமும் சட்டமும்
தனது கடமையாற்றும்
கூண்டில் கிளி முயலென
வரவேற்பறையில் காட்சிப்படுத்த முடியாது
சேவலைக் கூண்டிலிட்டவளென
கல்வெட்டு எழுப்பப்படும்

ஊரே வளர்க்க
அவள் சேவல் வளர்ப்பது
அவ்வளவு ரகசியமில்லை என்றாலும்
வளர்ப்பவர் ரகசியத்தைக் காக்கும்
ஐதீகமிருக்கு

விவரமறியா குஞ்சுயிது
கொத்தாது கீறாது குரல் உயர்த்தாது
ஒரு சேவலை வசப்படுத்துவது
உன் திறமைக்கான சவால்
என்ற அம்மா
வளர்த்த நாங்களெல்லாம்
செத்தா போயிட்டோமென்றாள்
பக்குவமடையாத அதற்கு
குரல் முற்றவில்லை
பயிற்சியில் தப்பும் தவறும்
இயல்பென்னும் ஒப்பந்தக் காலமிது
இச்சமாதான காலத்தில்
புதிய ஆயுதம் முளைத்ததுதான்
தற்போதைய சிறப்புச் செய்தி
ஒற்றை அறை வீட்டில்
படுக்கையறை அதற்கானது
பழகும் போதும்
இரையிடும் போதும்
கழிவெடுக்கும் போதும்
காயப்படுத்திதான் விடுகிறது
என்றாலும்
இதை வீர விளையாட்டெனு
யாரும் சொல்வதில்லை
அவள் ஏன் கோழி
வளர்க்கவில்லையெனக் கேட்கலாம்
கோழி முட்டையிடுவது வரலாறு
வரலாற்றுக் கடமையிலிருந்து
ஒரு கோழியை
தப்ப வைக்க விதியில்லை
கோழிக் குழம்பு வைப்பது
அவ்வளவு கடினமில்லை.

கடற்கண்ணி

சிப்பி விழி கசக்கி
சமுத்திரத்தைச் சுரக்கிறது
குழந்தை
ஆர்ப்பரிக்கும் அலையை
அமைதிப்படுத்தி ஆழியில்
சிறுதோணியென
மிதக்கவிடுகிறாள் அன்னை.

நான் அவளாக

ரகசியமாய்த் தடவிக் களிக்க
துளிர்க்கும் அரைப்பாக்கு முலையை
ஓடுரசிப் பொசுக்க
ரகசிய குறிப்பு தரும்
பால்யத் தோழி

மறைவில் இருட்டில் தனிமையில்
எண்ணிலா லிங்கங்கள்
வாயிலும் குதத்திலும்
கதறக் கதறத் திணித்தப் பின்னும்
மிச்சமிருக்கும் உயிர்த்திருக்கும் வெறி.

இடையறாத கொத்தல்களில்
குரலாலும் உடலாலும்
கூட்டுக்கு அந்நியம்
அன்றாடம் என்பது
ஈஸ்ட்ரோஜன் வளர்ப்பின்
தியானப் பயிற்சி
நான் வளர்கிறேன் அம்மா
தாயைப் போல
நீ பெறாத மகளை
உனக்கே பெற்றுத் தருபவன் நான்

வெட்டிக் குறியறுத்து
மீண்டும்
ஒருமுறை என்னையே உருவாக்கும்
படைப்பின் உச்சம் நான்
நான் அவளாக.

கொக்கலிக்கும் முலைகள்

அசைபோடும் கருத்த கன்றுகளென
வீட்டுத் திண்ணையிலிருந்து
எட்டிப்பார்க்கும் தலைச்சுமை இறக்கிய
ஆயாவின் முலைகள்
அதிகாலையையும் அந்தியையும்
பெருக்கிக் கடக்கையில்
கொடியில் சடசடக்கும் ஈரத்துணிகள்
வெற்றிலைப் பாக்கை
அதக்கும் மோனத்தில்
முந்தானைக் கதகதப்பில்
தூக்கணாங்குருவிக் கூடுகள்
மடி சாய்ந்து கதைக்கேட்கும்
குழந்தைகள் கையில்
தளும்பும் தேவதைகள்
தாய் தேடித் துவளும் சிசுவின்
உயிர் சுரக்கும் தேனடை

வீட்டைப் புரட்டிப் போரிடும்
பிள்ளைகள் நிறைந்த
சந்தைக் குடித்தன அம்மாக்கள்
தெரு வாசல் எட்டிப் பார்க்க
துண்டுத்துணி மாராப்பில்
அமுதூட்டும் அன்னக் கிண்ணிகள்

கோடிகோடி முலைகளாய்ப் பூரிக்கும்
அண்டப் பேரொளியில்
குளம் குட்டை அருவி
ஆறு ஆழியெல்லாம்
பூதேவியின்
கொக்கலிக்கும் முலைகள்.

தாயம்

பறவைகள் அடையும்
பழமரத்தின் அசைவு ஒடுங்கி
கைரேகை மறையும் பொழுதில்
வரட்சியில் வயிறு நிரம்பா
கால்நடைகளின் கண்கள் போல
மங்கிக்கிடக்கின்றன நட்சத்திரங்கள்
அவரவர் அடுப்பில் அன்றைய உழைப்பு
கொதிக்கும் வேளை
அறுக்கப்பட்ட கழுத்திலிருந்து
வடிந்து தோய்ந்த குருதியென
சில்லிடும் துர்மரணச் செய்தி
வந்தடைகிறது சேரிக்கு

எரியும் பச்சைப் பனையாய்
வெடிப்பும் சடசடப்பும் தெறிக்க
தன் மகளை
தேடிச் சலித்தவளின் ஓலம்
சுள்ளிக்காட்டுத் தீயாய் பரவுகிறது
சீழென வடியும் நிலவின் கீழே
சன்னதம் கொண்ட பேரலைகள்
பாறையை உடைக்கும் ஆங்காரமென
மார்பில் அறைகிறது
அவளின் கரங்கள்

கதிரவனும் கால் நனைக்க
அஞ்சும் பாழும் கிணற்றில்
கூழும் எலும்புமாய்
அள்ளப்படும் மகள்
வற்றா நல் ஊற்றும்
வற்றி வெடிக்க அழுது தீர்க்கும்
நீதியற்ற சனம்

எதிர் எழவு விழுந்தவுடன்
கார்கால மேகத்தின் அடிவயிறென
குளிர்ந்திருந்தாள் அம்மை.

காரல் மார்க்ஸ் இன்று முதல் கல்யாணசுந்தரமென அழைக்கப்படுவார்

நெற்றிப் பட்டையுடன்
நெஞ்சு நிறைந்த பக்தியுடன்
அரசு வேலை வேண்டி
விண்ணப்பிக்கத் தொடங்கினார்
கணக்குப் புலி காரல் மார்க்ஸ்
தம்பி லெனின்
அண்ணனுக்கு முன்பே
ஆசிரியர் பணியில் அமர்ந்து
மாத அறுவடையைத் தொடங்கிவிட்டார்
கிருத்துவப் பெயரென
கேள்வியறிவு கல்வித் துறைக்கு
லெனின்
நிரந்தர வேலையுடன் பிழைத்தார்

அரசு அலுவலகச் செங்கற்கள் முதல்
மேசை நாற்காலிகள் வரை
மார்க்ஸ் கம்யூனிச வெடிகுண்டென
அரசியல் ஞானம் பெற்றிருந்தன

பக்திமான் மார்க்ஸோ
கம்யூனிஸ்ட் மார்க்ஸோ
எந்த மார்க்ஸையும் அனுமதித்து
அரசு கஜானாவிலிருந்து
புரட்சிக்கு வித்திடக் கூடாதென்ற
கடமை உணர்வு அதிகாரிகளுக்கு

ஒரு நல்முகூர்த்த தினத்தில்
சான்றிதழ்களில் எல்லாம்
காரல் மார்க்ஸை ஒழித்துவிட்டு
கல்யாணசுந்தரம் குடி புகுந்தார்

கல்யாணசுந்தரம் பைனான்ஸ்
கல்லாப்பெட்டியின் முன் அமர்ந்து
வட்டிப் பணமெண்ணி
வரவு எழுதுகிறார்
ஓய்வூதியம் பெறும்
கணக்கியல் அதிகாரி
காரல் மார்க்ஸ்.

அமராவதி லைலா ஜூலியட்டின் காதல் கொடி

தோட்டத்து இரவடுப்பில்
ஆய்ந்த பொருவா மீனை
கரிச்சட்டி வழிய வழிய
காலைப் பழங்கஞ்சிக்கு
மிளகாய்ச் சாந்து கரைத்து
வேகவிட்ட பின்
நாலுகூடை மீனை செதிலெடுத்து அலசி
வாய் அகண்ட மண் சால்களில்
முறமுறமாய் உப்பைக் கொட்டி
மண்சுவரை அணைத்து நிறுத்தி
சுளகு மூடிய தலைக்கு
ஐந்தாறு செங்கல்லை
தூக்கி வைத்தாள் அம்மா

நாய்கள் இரவெல்லாம் சுளகை
இழுத்துக் கடித்து ஏமாறும்
துணித் துருத்திய
ஒரு ஓட்டைச்சால் சொட்டி
மண்ணை நனைக்கிறது உப்புநீர்
இரண்டாம் ஆட்டம் முடிந்து
வீடு திரும்பும்
கலகலப்பும் பீடி நாற்றமும்
காற்று வாக்கில்

கவிழ்த்த கூடை மேல்
ஒற்றைப் பெருவிழியாய் சுடரும்
மண்ணெண்ணெய் விளக்கொளியில்
குளித்துத் தூமைத் துணியலசி
எரவானத்திலிருந்த மாற்றுத்துணியுடன்
ஆயாவை அணைந்தபடி உறக்கம் வாசலில்

யானையின் கருத்த கால்களுடன்
முதிர்ந்த மேகம் மூர்க்கமாக
மண்ணில் இறங்கும் குறியறிந்து

பதறி மகளை உசுப்ப
கழுத்திறங்கி மயங்கிக் கிடக்கிறாள்
நினைவு தப்பிய பறவையென
புளியமரத்து ஆந்தை
மின்னும் நட்சத்திரக் கண்களுடன்
சாலுக்கடியில் பதுங்கும் தவளைக்காக
குறுக்காகப் பாய்கிறது.

அடை மழையில் சிவப்புப் பாய்
வேலியோரம் மிதந்தொதுங்கிய விடியலில்
சாலிலிட்ட உப்பென
அம்மாவின் உயிரும் கரைந்திருந்தது
எம்பொண்ணை ஏமாத்தி
மூணு பொட்டச்சிய நண்டும் சிண்டுமா
அவத்தலையில கட்டிட்டு ஓடிட்டானே
கொலக்காரப் பள்ளிப்பய
மக்கி மக்கி எம்மக
இப்ப மண்ணா போயிட்டாளே
வெத்திலைச் சருகெனத் தொங்கும்
மார்பில் அடித்துக் கதறும்
ஆயாவின் ஒப்பாரி
பேரிரைச்சலாய்க் கத்திச் சாயும்
பேய் மழையின் தொண்டையை அறுத்து
தெருவாசலையும் தாண்டவில்லை

தீட்டுக்காரியைக் காவெடுத்த பழியை
தோட்டத்தில் வாழும்
செக்கு முனி ஏற்றான்
மழையில் பாடைக்கட்டி
மழையில் புதைத்து
மூன்றாம் நாள்
பால் வார்ப்பு
நாடகக் காதல்
உடன் போக்காய் விடா மழையில்

நாலாம் நாள்
கன மழையில்
இழவுக்கு வந்த

மூத்த மருமகன்
குழிவெட்டிப் புதைத்தான்
நாலு சால்களில்
அழுகி நாறும் மீனை

பெருவாய் திணற மழையைக் குடித்து
நீர்யானைகளென மண் சால்கள்
மூழ்கிக் கிடக்கும்
ஐந்தாம் நாள்
முட்கொடிப் படர்கிறது
ஆயாவின் துயரமென
அவ்வீட்டின் தரையெங்கும்
சூல்கொண்ட பெருச்சாளிகள்
ஊறிய மண் சுவற்றைத் தோண்டி
குடியேறும் அம்மாரிக் காலத்தில்.

அந்தர நீலாம்பல்

வரவேற்கப்படாத
கதவுகளுக்குப் பின்னேயும்
மகள்கள் பிறக்கிறார்கள்
அந்தரத்தில் பூக்கும்
நீலாம்பலைப் பறித்து
சிரசில் சூடும்
கைகளை உயர்த்தியவாறு.

அர்த்தநாரி

பகலில் சூரியனையும்
இரவில் சந்திரனையும்
குழந்தைகள்
உயிர் தளிர்க்கத் தளிர்க்க
தின்கிறார்கள்

சுரக்காத முலைகளின்
துரோகத்தைச் சபிக்காமல்
கைக்குழந்தையின் பசிக்குப் பாலுமவன்

தூமை கொட்டி வீச்சமடிக்கும்
சிறு மகளின் ஆடையலசி
உலர்த்தும் தாயுமவன்

ஜட்டியெங்கே
சாவியெங்கே
செருப்பெங்கே
என் பாடையெங்கே
பேராண்மையின் துர்நாற்றம்
காற்றுப் போக்கிலும்
எழுவதில்லை

அடுப்பில் சரிபாதி ஆண்மை
அவியும் வாசம் தீண்ட
ஆண்கள் அச்சத்துடனும்
பெண்கள் ஏக்கத்துடனும்
வாசல் கடக்கும்
ஆண் சமைக்கும் வீடு.

அவன்

பின்மாலை நேரத்து
தூங்குமூஞ்சி இலைகளென
அந்தி குவிந்து
அத்தெருவை மூடத் தொடங்கியது
சிறுகாற்றில் ஊரும் சருகென
மாலை வகுப்பு முடிந்து
வீடு திரும்பிக் கொண்டிருந்தாள்
அவள்

பெரும் வீடுகளால் அடைபட்ட வீதி
உப்புக்காற்று அலகில் இனிக்க
கூடு திரும்பும் ஆலாக்கள்
தூரத்துக் கடலோசை
மிகச் சன்னமாக
விளக்கொளியில் துலங்கும்
வீடுகளின் மௌனம்
மூடப்பட்டிருந்த கதவுகளின்
பின்னிருந்து எழும்
மீன் பொரிக்கும் வாசம்
அறுத்துப் போட்ட மரத்துண்டென
நீண்டு கிடந்தது தெரு

சட்டென்று உரசி நிற்கும்
இருசக்கர வாகனம்
நீண்ட ஒருகரம்
அவள் முலை கசக்கி
கொக்கரித்துக் களித்தபடி
வெள்ளை நகரத்தில்
ஓடி மறையும் அதிவேகத்தில்

திருகி எறிந்த ஒற்றை முலையென
கட்டிடங்களுக்கிடையில் தொங்குகிறது நிலவு

உன் மகனாகவோ சகோதரனாகவோ
கணவனாகவோ காதலனாகவோ
தந்தையாகவோ இருக்கலாம்
அவன்.

கல்லறையும் கல்வெட்டும்

இவ்வுலகை ஏழேழு தலைமுறைக்கும்
ஆள்வேனெனச் சூளுரைத்த
மகா சக்கரவர்த்தி
ஒரு நாள்
தனக்கான கல்லறையையும் கல்வெட்டையும்
தானே உருவாக்கிக்கொண்டான்
தன் குலக்கொழுந்தே கொலை வாளாய்
எழுமெனக் குறிகேட்டு

தனது பட்டத்து இளவல்களுக்கு
முடிசூட்ட முடிவெடுத்த மாமன்னன்
நான்கு திணைகளையும்
நான்கு பிள்ளைகளுக்குப் பிரித்தான்
முரட்டு மூத்தவனுக்கு குறிஞ்சி
கள்ளம் நிறைந்தவனுக்கு முல்லை
துணிந்தவனுக்கு மருதம்
அடங்காதவனுக்கு நெய்தல்
குணத்திற்கேற்ப கொடையளித்தான்

கோவும் கொற்றமும்
பல்லாயிரம் பிறைகள் கண்டு
வாழ வாழ்த்தியபடி
சிற்றரசர்களுக்கு
கப்பம் செலுத்தத் தவறுவதில்லை
பாளையக்காரர்கள்

திரிந்த பாலையில்
விலையில்லா வாழ்வை
வாழத் துடிக்கும் செந்தமிழர்.

கல்லறைகளைக் களவாடியவள்

முன்பொரு காலத்தில்
பலிக்காக நேர்ந்துவிடப்பட்ட
பிராணிகளென
பின்கட்டில் பிணைந்து கிடக்கும்
பிறப்பைச் சபித்து வெறுத்த
மகள்களின் கனவுப் பெருங்காட்டின்
ஆழ் இருளைப் பருகிய
ஆயுதமேந்திய கண்கள்
சூரியனைப் போல் பிரகாசித்தன
உயிரை உருக்கி ஊற்றிய
பால்வீதியின் நெடும்பாட்டை
தொடுவானத்திற்கும் அப்பால் பயணித்தன

பின்கட்டுத் தளைகளின்
கண்ணிகள் கழன்று
அடைபட்ட வாசல்கள்
அரை விழிப்பெனத் திறந்தன
அச்சமற்ற வீதியில் நடந்து
புழுதி கிளப்பிய மண்வாசம்
புதிதாய் அறிந்த மென்பாதங்கள்
பல்கலையின் படிக்கட்டில்
ஓய்வைப் பருகின

இலக்கை அடைந்து
முற்றுகை தகர்த்து
கந்தக நெடியுடன்
உருகருகிக் கரையும் போது
நகரத்தின் அழகு நிலையங்களிருந்து
வெளியேறிய மெழுகுப் பதுமைகள்
காதலர்களின் தழுவலுக்குள்
கட்டுண்டு கிடந்தன

கண் துஞ்சா கனமழைக்குள்
காவலரணில் சாரலின் வன்சரடில்
இளமையின் கனவுகளைக் கோர்க்க

தலைமுறைகள் தாண்டி நீள்கிறது
கொடும் வலி
முன்நெற்றி வேர்வையென
நினைவு கசிந்து சொட்டும்
கதகதப்பான சொற்களை
மின்மினியாக்கிக் கூரைக்குள்
பதுக்கினாய் காதலின் நினைவாக
கடமைகள் நிரந்தரமாக உன்னை
பதுங்குக்குழிக்குள் ஒப்படைத்தன

எல்லைகள் கடந்து
நிமித்த காலத்தில்
பளபளக்கும் சுவர்களுக்கிடையில்
மென்குளிரூட்டப்பட்ட அரங்கு
களிவிருந்தில் தஞ்சமடையும்
நகரத்து நங்கை தன் காதலர்களுக்கு
மின்மினிகளைப் பரிசளிக்கவும்
பேரம் பேசவும்
உடன்படிக்கைகள் கைச்சாத்திடவும்
கற்றுத் தேர்கிறாள்
போராளிகளின் கல்லறையிலிருந்து
விடுதலையைக் களவாடியவள்

ஆயிரமாயிரம் சகோதரிகளின்
சரித்திரத்தைக் கொள்ளையடித்தவள்
தனது முகத்தில் தானே உமிழ்கிறாள்.

ஈனத்தமிழன்

பெட்ரோல் நிரப்பிய
திரி சொருகப்பட்ட குப்பிகள்
தீப்பெட்டி
கத்திக் கடப்பாறை
சம்மட்டி சரக்கு வண்டி
ஆண்குறி
இவை போதும்
உனது பரம்பரை வாழ

சின்னச்சாதி வீட்டைக் கொளுத்து
சின்னச்சாதி உடமையைக் கொள்ளையடி
சின்னச்சாதி பெண்ணைக் குத்திக்கிழி
சின்னச்சாதியரை வெட்டிப் போடு
இவை போதும்
கோட்டையைப் பிடிக்க

எமது எச்சிலும் மூத்திரம்
வேர்வையும் உதிரமும்
தூமையும் விந்தும்
விழுந்து விளைந்து
உமது தட்டில் கொட்ட
தின்று கொழுத்த ஈனனே
மார்த்தட்டுகிறாய்
கலப்பற்ற தூயசாதி

உனது பரம்பரை
எனது மூதாதையர்
கால் வழிகள்
உண்மை மறைக்கப்பட்டது
உனது பலம்
இனி
உனது முற்றத்தில் விளையாடும்
குழந்தைகள் பேசும்
எமது பலத்தை.

நீதி

இனவழிப்பு சாம்பல்
தூர்த்து நிரவிய நிலத்தில்
தாயைத் தேடி
முகாம் முகாமாய்
ஏறி இறங்கும்
ஆதரவற்ற
சிறுமியின் அலைகழிப்பு.

அணு முட்டை

ஒரு குடம் நீரை
ஒரு கூடை மீனை
ஒரு மூட்டை தானியத்தை
ஒரு கட்டுப் புல்லை
ஒரு சுமை விறகை
சுமப்பது போல்
அவள் கர்வத்துடன்
உலகைச் சுமந்தலைந்தாள்
பெரிய தலையுடன்
ஒளிரும் வால் நட்சத்திரமாய்
வசீகரமாய் இருந்தாள்
தன் குஞ்சுக்கு
இரையூட்டும் பறவையென
உலகை ஊட்டிக் காத்தாள்

ராட்சஸப் பறவையாய் வளர்ந்த அது
அவள் தலைமேல்
அணுவுலையை
முட்டையிட்டு அடைக்காக்கிறது.

தாய்

சரித்திரத்தின் கண்ணாடி முன்
மெழுகுபூசி நிறுத்திவைக்கப்பட்ட
பகட்டுக் கனியவள்
பிறப்புக்கும் இறப்புக்குமிடையில்
ஊனைச் சீழாய் நிரப்பி எழுதிய
புராண ஏட்டின்
மங்கல மஞ்சளவள்
கடமையின் கற்தேரை கவிழாமல்
இழுக்கும் குல தெய்வமவள்
புரட்சியாளனின்
சூடான தேனீர்க் கோப்பையவள்
கலைஞனின்
இழந்த சொர்க்கமவள்
மகனின்
மறக்கவியலா கைமணமவள்

கயவன் கள்வன் காமுகன்
கொடூரன் கொலைகாரன்
சாதிவெறியன் மதவெறியன்
நாசங்கள் ஊற்றெடுக்கும்
பாழுங்கிணறவள்
காலத்தின் தொடர் கல்லெறி
அழிவின் இலக்கவள்

பாழின் ஊற்றை நிரந்தரமாய்
அடைத்து மூடப் பழகு
அதுவரையில்
தப்பிப் பிறக்கும் ஆணை
சிசுவில் கொல்லும்
தந்திரம் பழகு
கொலையைக் காவியமாக்கும்
கலையைப் பழகு.

தலைநகரம்

நெடுஞ்சாலையில்
புகைபடிந்த கரிய மரங்களின் கீழ்
உடல் பொசுங்கும் கோடையில்
சற்று ஒதுங்கும்
ரிக்‌ஷா மிதிப்பவர்களின்
மூச்சிரைப்பிலிருந்தும்
பளபளக்கும் மெட்ரோ நடைபாதைகளில்
சோளம் சுடும் குழந்தைகளின்
வேகும் விரல்களிலிருந்தும்
சிக்னல் சந்திப்பில்
பூங்கொத்துகளை விற்கும்
சக்கரங்களுக்கிடையில் பிழைத்த
சிறுவர்களின்
நடுங்கும் ஈரக்குலையிலிருந்தும்
அங்காடித் தெருவில்
குழந்தையுடன் யாசிப்பவளின்
வெடித்த முலைக்காம்புகள்
கசியும் குருதியிலிருந்தும்
கடத்தி வரப்பட்ட சிறுமிகளின்
யோனி சீழிலிருந்தும்
சாலையோரத்தில்
சாக்கு உறைக்குள்
கஞ்சா மிதப்பில்
நாய்களின் கதகதப்பில்
உறையும் குளிரில்
உறங்கப் போராடும்
நடுங்கும் உடல்களிலிருந்தும்
கழிவுநீர் ஓடைக்கும்
தண்டவாளங்களுக்குமிடையில்
பாலித்தீன் மறைப்பில்
உயிர் வளர்க்கும்
ஆதிக்குடிகளின் அமைதியிலிருந்தும்

பெருவாழ்வு வாழ்கிறது தலைநகரம்
வானுயர் கட்டிடங்களையும்
மேம்பாலங்களையும்
அதிவேகச் சாலைகளையும்
காவல் காத்தபடி.

அதிநவீன கவிதை

சாதிக்காரனுக்கெல்லாம்
மஞ்சக்காப்புக் கட்டும்
உபயத்தாரர் வீட்டில்
முறைவாசல் செய்யும்
கொடிப் பிடித்து
தலைமையின்
காலில் விழும்
தேரேற மடாதிபதி
பாதம் நக்கும்
பூசை தொடங்க
ஒலிவாங்கி அலறும்

அறத்தைப் பாடும்
சிவசிவ அரோகரா
விடுதலை நேசிக்கும்
சிவசிவ அரோகரா
சாதிவெறிக்கெதிரான
சிவசிவ அரோகரா
மதவெறிக்கெதிரான
சிவசிவ அரோகரா
முதலாளித்துவத்துக்கெதிரான
சிவசிவ அரோகரா
அதிகாரத்துக்கெதிரான
சிவசிவ அரோகரா
சுரண்டலுக்கெதிரான
சிவசிவ அரோகரா
ஏகாதிபத்தியத்துக்கெதிரான
சிவசிவ அரோகரா
பாசிசத்துக்கெதிரான
சிவசிவ அரோகரா
கலகக் கவிதைகள்
சிவசிவ அரோகரா
ஹர ஹர மகாதேவ

சக்தி சக்தி மாகாளி
ஓம் சாந்தி சாந்தி

ஆமென்
நன்றியுடன்
அதிநவீன கவிதை.

வெட் சாட்

அவன்: ஹை!
அவள்: ஹை!
அவன்: உன் ட்ரீமில் நான் வந்தனா?
அவள்: என்னது?
அவன்: ஏன் டார்லு கோபம்....
அவள்: ஹேய் கோபமில்லை :-) :-) :-)
அவன்: அப்ப சொல்லு.
அவள்: உன் ஆண்குறி சைஸென்ன?
எவ்வளவு நேரம் எரெக்ஷன் நிக்கும்?
எத்தனை ரவுண்ட் வருவ?
அவன்: என்னது?
அவள்: பதில் சொல்லு மச்சி.
அவன்: நேர்ல வா மச்சி காட்றன்.
அவள்: ஹாய் பேபி முதல்ல வீடியோவில் காட்டு.
அவன்: பொண்ணா நீ
அவள்: பிறகென்னனு நினைச்சு சாட்டுக்கு வந்த?
அவன்: வாய மூடுடி பிட்ச்.....
அவள்: மூடிட்டு போடா பொறம்போக்கு...
எச்ச பொறுக்கி.....

நாளை மற்றுமொரு தீண்டப்படாத நாளே

நாளெல்லாம் அள்ளிய
நம் மல நாற்றத்துடன்
உறங்கச் சென்றது நேற்று
தோல் வரண்ட மரப்பல்லியென

கூரை பொத்தல்களில் வழியும்
மாங்குயிலின் கனத்தக் குரல்
கத்தி உடைக்கத் துடிக்கிறது
உறக்கத்தில் காந்தும் விழிகளை
நிமிரா முதுகுத் திருகலுடன்
கசங்கிய படுக்கையைச் சுருட்டி
கருக்கலை டம்ளரில் வடித்துக் குடித்து
இழுத்துப் போகிறது அக்காலை

உனக்கும் எனக்குமாய்
நாலுக்கும் பத்துக்கும்
மலக்குழிக் கழுவி
திசைக் கெட்டுத் திரிந்து
நூற்றுப்பத்துப் பாகையில்
ஊரை உப்பு நெருப்பாய்
எரித்துப் பொசுக்கி
பசி அடங்கா வயிறு
கலங்கிய இருளில் மூர்ச்சையாகி
தீண்டப்படாமல் கிடக்கிறது
மற்றுமொரு நாள்
நமது கூட்டு மனச்சாட்சியென.

சுயம்

வளராத கையுடைய
வளர்ந்தவர்கள்
என்றும்
குண்டிக் கழுவ
அடுத்தவர் கை தேடி
அலைவதில்லை.

நூறு நாள் நூறு ரூபாய்

வயற்காட்டு வேலிகளில்
பழுத்துச் சிவந்த
பருதியைப் பறித்துப் பசியாறி
அம்மாவுக்கு கையாளாய்
விரல் பிடித்துச் சென்றவளின்
தலையில் ஏறியது கதிர்க்கட்டு
வயது பத்தில் பின்பு
ஏழு குதிரை விசையில்
ஏழ்மையின் தேரை
பூட்டி நகர்த்தப் பழகினாள்

குருதியை ஆண்டைக்கும்
கால்களைச் சேற்றுக்கும்
சதையைப் பருவத்துக்கும்
தின்னக் கொடுத்து
கள்ள மரக்கால் தட்டிய
சவுட்டுத் தவசிக்குள்
சாவைத் தள்ளி வைத்தாள்

இளமையில் கொய்யா மரச்செதிலாய்
சருமத்தை உதிர்க்கும் கோடை
முதுமையின் பெரும்பொழுதில்
பருவம் தப்பிப் பாய்கிறது கானலாய்

முட்டி பெயர்ந்த மூதாட்டி
ஊர்க் கழிவையெல்லாம் வாரியெடுத்து
வறுமையின் முகத்தில் ஊற்றி
அந்திமையின் அடுப்பை எரிக்கிறாள்.

ஆண்மை

நீண்டதூர இரவுப் பயணத்துக்கு
மகளைப் பாதுகாப்பாய்ப் பேருந்து ஏற்றி
பத்திரம் என்பவனின் குரல்
இரைச்சலை அறுக்கும்
பளபளக்கும் தகரமாக

வீடு திரும்பும் வழியில்
டாஸ்மாக் மேசையில்
பிளாஸ்டிக் குவளை நுரையாக
பெருவெளி வதைமுகாம்
பூர்ணிமை வழிப்பாதையில்
ஒற்றையில் நடக்கும்
பெண்ணின் பின்னால் தட்டிவிட்டு
ஓடி ஒளியும்
தீராத விளையாட்டுப் பிள்ளையாக
இரவிரவாய் முகநூலைத் திறந்து
விண்மீன்களுக்கிடையிலும்
முகங்கொள்ளும் திசைதோறும்
காத்திருக்கும் காதலிகள்
கங்கின் கவர்ச்சியைவிட
மலர்களின் எழிலைவிட
நுரையின் வழுவழுப்பைவிட
பட்டாம் பூச்சிகளின் பறத்தலைவிட
மென்மையும் கிளர்ச்சியும் போகமும்
அருளும் இவ்விரவு எனக்காக
படைத்தனன் கடவுளென்னும்
கவியின் பதிவாக
ஆயிரமாயிரம் விருப்பக்குறிகளில்
இளம் முதிர் கவிகளின் பின்னூட்டத்தில்
கொண்டாட்டுக் கோப்பையாக

பின்தொடரும் நட்பு
பேருந்து பெண்ணின் பக்கத்து
ஆசனத்தில் அமர்ந்து
போதையின் உச்சத்தில்
அக்கவியின் பதிவுக்கு
விறைக்கும் வெற்றிச் சித்திரமாக.

ஒரு தேசத்துரோகி அல்லது ஆண்டி இந்தியனின் வாக்குமூலம்

நான்
தாய்மொழியில் பேசும் தேசத்துரோகி
மாட்டிறைச்சி உண்ணும் தேசத்துரோகி
இந்துக் கடவுளை வணங்கா தேசத்துரோகி
மதம் திரும்ப மறுக்கும் தேசத்துரோகி
மாற்று மதத்தவனைக் காதலிக்கும் தேசத்துரோகி
பதிக்கு படுக்கை மறுக்கும் தேசத்துரோகி
ஐந்து குழந்தைகள் பெற மறுக்கும் தேசத்துரோகி
காதலர்களைக் கொல்ல மறுக்கும் தேசத்துரோகி
தலித் சகோதரியின் அம்மண ஊர்வலத்தில்
பாரத மாதாவுக்கு ஜே
கோஷமிட மறுக்கும் தேசத்துரோகி
பசு காக்கும் புனிதப் போரில்
சகோதரனை வெட்ட மறுக்கும் தேசத்துரோகி
மதக் கலவரம் உருவாக்கும் வசூலுக்கு
வரி மறுக்கும் தேசத்துரோகி
இஸ்லாம் தழுவியவரை நாடு கடத்த
அறைகூவலிட மறுக்கும் தேசத்துரோகி
காட்டை வெட்டாதேயெனும் தேசத்துரோகி
மலையை அழிக்காதேயெனும் தேசத்துரோகி
கடலை நஞ்சாக்காதேயெனும் தேசத்துரோகி
கனிமத்தைத் திருடாதேயெனும் தேசத்துரோகி
நீரைக் கொள்ளையிடாதேயெனும் தேசத்துரோகி
அணுவுலை வேண்டாமெனும் தேசத்துரோகி
இப்படி இப்படியாக
தேசத்துரோகியெனும் ஆன்டி இந்தியன்
ஆனேன் நான்.

நெய்தலும் நெய்தல் நிமித்தமும்

கரும்பாசிநிறச் சிற்றாமைகள்
பாலித்தீன்களைத் தின்று
மரித்து ஒதுங்கும் வங்கக் கடல்
லங்கா படையின் நரவேட்டை
நூலிழையில் பிழைப்பு
அன்றைய உயிர்த்தலை ஏந்தி
வெற்றுப் படகுடன் திரும்பிய
தலைவனின் வலையில்
சிக்கிய திறக்கப்படாத கோக் டின்னை
உருட்டிப் பார்க்கிறாள்

கழிவு எண்ணை படிந்து
கருத்தப் பாறையிடுக்கில் மறைந்திருக்கும்
ஆளிகளை அமுக்குத்தியால் பெயர்த்து
பகலுக்கு இரையிட வேண்டும்
தலைக் காய்ந்த மொட்டைத் தென்னையில்
ஒரு சில்லுத் தேங்காய்
கறிக்குச் சுவைக்கூட்ட சட்டிக்கு இனியில்லை

அமாவாசை அதிகாலை விழித்திருந்து பிடித்த
குடத்தின் அடியில் புழு மண்டிய
இறுதி நீரை
இறுத்து நனைக்க வேண்டும்
இரவின் வயிற்றைத் தலைவி.

ப்ராய்டின் தத்துப்பிள்ளைகள்

அமேசான் காடுகளில் விளைந்த
அரிய மூலிகைகளைத் தருவித்து
ஆண்குறிகளைப் பெரிதாக்க
நீவிக்கொள்ளும் ரோமியோக்கள்
ஆன்லைனில்
360 மணிநேரம் தொடர்ந்து
இயங்கும் ஆண்குறியின்
சாகசக் கதைகளை விற்கிறார்கள்
முலைகளைப் பெரிதாக்கும்
வில்லைகளை விழுங்கும்
ஜூலியட்கள்
மடாதிபதிகளின் அந்தப்புரத்தில்
ஆயகலைகளை
அய்யம் திரிபறக் கற்கிறார்கள்.

சுழியம்

மேல் வட்டம்
கீழ் வட்டம்
உள் வட்டம்
வெளி வட்டம்
குறுக்கு வட்டம்
நடு வட்டம்
வளையத்தில்
முக்கிய புள்ளி
பெரும் புள்ளி
சிறு புள்ளி
சிதறிய வெறும் புள்ளி
வட்டச் சுருக்கில்
வட்டக் கிணற்றில்
வட்டக் குளத்தில்
திணிக்க
காற்றில் நீரில்
எழும்பிச் சிதையும்
உயிர்ச் சுழி.

மரணக் கிணறு

காதலின் புராதனச் சடலம்
நிரந்தரமாகக் கிடக்கும்
வாசற்படிகள்

கொலையா தற்கொலையா
கேள்வியைப் பகடையாக்கி
ஆட்டத்தைத் தொடர்கிறது சமூகம்

எருக்கங்குச்சி எள் சிகிச்சையில்
கருணையின் எச்சமாய்
தப்பிப் பிழைத்த வேறு ஒன்று
நடந்து சலிக்கிறது நடுக்கூடத்தில்

இரவு பகலாய் விழித்திருந்து
கூத்து களித்த ஊரார்
இழுத்து வந்த இதிகாசச் சவம்
திண்ணையில் கிடக்கிறது
குடும்பம் குடும்பமாய்
கொண்டாடிச் சுகித்த
வெள்ளித்திரை காவியப் பிணத்தின்
சாம்பல் வீதியெங்கும் குவிகிறது
முப்பொழுதும்
சாதியைச் சுமந்தலையும்
கலைஞனின்
வன்புணர்வில் மரித்த உடல்
ஏட்டிலும் இணையத்திலும்
புழுத்து நெளிகிறது

காலந்தோறும்
மரபின் கொடுங்கால்கள்
காதலின் சடலத்தை
முகமழிய உதைக்கும்
ஆயுள் முழுதும்
சுயசாதி மலக்கிணற்றை
சளைக்காமல் தூர்வாரி
சரித்திரம் படைக்கும் தமிழன்.

களம்

பாயும் வன்மத்தை
உதைபந்தாட்டக்காரியென
எத்த
தீரா விளையாட்டுப் பிள்ளைக்கு
நெற்றியில் முளைக்கும்
அசையா உலகம்
வெற்றி தோல்வி
அவரவர் கைமண்.

வாழ்க்கை

புயலில் உளுத்துப்போன
ஆதாரத்தையும்
இழக்கும் கொடி
மீண்டும் தனது மெல்லிய
தந்திகளால் தடவித் தடவி
வழுக்குப் பாறையின் நுண்துளைகளை
பிடித்துப் படரும் முரட்டு வைராக்கியம்.

வெயில் குஞ்சு

பச்சைப் பாழைகளை
பகலெல்லாம்
மேய்ந்து களைத்து
ஊற்றின் மார்பு
வற்ற வற்றப் பாலருந்தி
பறவையின் கூட்டுக்குள்
திரும்புகிறது அந்தி

முதிராத் தொண்டைக்குள்ளிலிருந்து
செந்தழலாய்
எக்கி உலகைப் பார்க்கும்
அதிகாலை.

சிலிக்கான் கடவுள்

குலம் கோத்திரம் சாதி மதம்
இனம் மொழி நிறம் வயது
நட்சத்திரம் சடங்கு
சம்பிரதாயம் வேண்டாது
வரதட்சணைக் கேட்காது
போதவில்லையென
மண்ணெண்ணையால் கொளுத்தாது
ஜட்டித் துவைக்க வைக்காது
அம்மாவின் கைமணம் கூடலையென
முகத்தில் தட்டெறியாது
மலடியெனத் துரத்தாது
ஆயிரம் காலத்துப் பயிரென்று
முளைக்குச்சியில் பிணைத்துவிட்டு
அடுத்த வீடு மேயாது
வாய் திறக்க முடியாது
உச்சம் உனக்கு மட்டும்தானாயென்று
வாழ்நாள் உத்திரவாதம்
சிலிக்கான் தேவர்கள் ஆன்லைன்
தள்ளுபடியில் அணிவகுத்து வருகிறார்கள்
பனிரெண்டு அங்குல நீளத்தில்
முயங்கும் தானியங்கிகள்
விசைக் கட்டுப்பாட்டு பொத்தானுடன்
உச்சம் உங்கள் விரல் நுனியில்
கண்கண்ட தெய்வங்கள் கைப்பிடியில்.

வீடு திரும்பும் மாலை

பாவாடை சரசரப்புடன்
பள்ளி முடிந்து வீடு திரும்பும்
சிறுமியின் பாதங்களில் மிதிபட்டு
பிசுபிசுத்துக் கசிகிறது பகல்

சிறகடியில் படர்ந்திருக்கும் தூவியின்
கதகதப்பும் மென்மையும் ஏறிய
சன்னமான அந்தி
அவளைத் தழுவி அணைத்தபடி
செல்கிறது ஒற்றையடிப் பாதையில்
கனக்கும் புத்தகப் பையைத்
தோள் மாற்றும் ஆசுவாசத்திலும்
வழியில் அம்மா தென்படுவாளா
ஏங்கும் மனதிலிருந்தும்
தன்னைச் சற்று
விடுவித்துக் கொள்ளுமது
அவளின் பாதையிலேயே
படுக்கிறது முகம் சுணங்கி

வாசலில் கவிழ்ந்த முகத்துடன்
அமர்ந்திருக்கும் அந்தியின்
முதுகைத் தடவி விளக்கேற்றுகிறாள்
வேலையிலிருந்து வீடு திரும்பும் தாய்

பின்பு மகளின் கபகபக்கும் வயிற்றிலிருந்து
சிறு தீயெடுத்து
உலையேற்றி நிமிர்கிறாள்

உணவருந்தும் தட்டைச் சுற்றி
பூனையின் வாலென
வாஞ்சையுடன் சுற்றிக் களைத்த இரவு
நழுவிச் சுருள்கிறது சட்டியில்

இருளின் வயிற்றைக் கிழித்து
நுழையும் தந்தையின் மாமதத்தில்
தெறிக்கும் கலன்கள்

மண்டையுடையாத ஆசுவாசத்தில்
நெளிவுடன் உருள்கின்றன
கதவுகள் முன்னும் பின்னும்
குரைக்கின்றன மூர்க்கமாக
குடிகாரனின் சூறையாடலில்
இரவு உடைந்து
பொலபொலத்து வீழ்கிறது
எல்லா இரவுகளையும் போலவே

பழியின் இறுதித் துளியையும்
பருகிய நிம்மதியில்
அப்பனின் சிதறிய மண்டையாக
கிழக்கில் கிடக்கிறது சூரியன்.

லிங்கம்

குழந்தையின் இடுப்பில்
சிறுமணி நாவு
தாயடையாள ஏக்கத்தின்
வீங்கிய மரு
பருவத்தில்
கழிவுநீர் வடிகால்
காதலுறு கலவியில்
தோற்கருவித் துடியிசை
தாம்பத்திய அகலின்
கருகிய திரி
கருவறையில்
புணர்ச்சியின் பிரதிமை
நேர்த்திக்கடன் படையலின்
மாவுப் பிண்டம்
திருநங்கை
வெட்டியெறிந்த உபரித்தசை
வக்கிரத்தின்
புரையோடிய கொடிமரம்
காமுகனின் குரூர
நரபலி ஆயுதம்
ஆண் தர்மத்தின் நெற்றியில்
அழுகித் தொங்கும் ஊன்

அவனின் அனைத்துறுப்புகளும்
லிங்கமாகச் சாபமிடுகிறாள்
விரைத்த குறியைக்
கடித்துத் துப்பியவள்.

ஆகாயத் தாமரை பூக்கும் பருவம்

குளக்கரையில் நிற்கும்
அரசின் பொன்னிலைகள்
உதிரும் பருவத்தில்
பறவைகள் வசிப்பதில்லை
திசைக்கொரு நாளை
அளந்தபடி காத்திருப்பு
பாறைகளின் ஈர நிழலில்
தஞ்சமடையும் தவளைகள்
தவமிருக்கும் இனத்தைப் பெருக்க
அடுத்த மழைக்காலம் வரை
இந்தப் பருவ மழையின்
பின்னால் பதுங்கி வந்த
ஆகாயத் தாமரைகள்
பச்சை அரக்கிட்டு மூடும்
தளும்பும் நீரையெல்லாம்

வாசலற்ற ஆகாயத் தாமரைகள்
பறவைகளை அனுமதிப்பதில்லை
வரட்டுத் தவளைகள்
நெடுஞ்சாலை சக்கரங்களில்
மறைகின்றன தடயமற்று

ஆகாயத் தாமரையின்
ஊதாப்பூக்கள் சிரிக்கும்
வெட்டவெளி முழுதும்.

மகளைத் தேடும் தாய்

பூமி அனாதைப் பிணமென
புழுங்கி நாறும்
பின் மாலையில்
தன் மகளைக் காணவில்லையென
ஒருத்தி காவல்நிலையம் வருகிறாள்
விரைத்த மிருகக் குறிகளென
சிவந்த கண்களுடன் காவலர்கள்
அவள் நம்பிக்கையின்
சிறுபொறி மீது
காரி உமிழ்கின்றனர்
உடைந்த கண்ணாடித் துண்டுகளாய்
தொண்டையைக் கிழித்து வெளியேறும்
வார்த்தைகளை ஒட்டி
வரைய முயற்சிக்கிறாள்
தன் செல்ல மகளின் சித்திரத்தை

அரசியல்வாதிகள் திரையுலகவாசிகள்
கிரிக்கெட் நட்சத்திரங்கள்
செல்வந்தர்கள் வீட்டுச்
செல்லப் பிராணிகள்
எவற்றின் சாயலுடனும்
ஒத்துப்போகாத அடையாளத்தால்
காலத்தைக் கரியாக்கும் அவளை
மிரட்டித் துரத்தினர்
புடைத்து நீண்ட தடியால்

சந்தைக்கு அனுப்பக் குவியும்
இறைச்சிப் பொதிகள்
தரம் பிரித்து இலச்சினையிடப்படுகின்றன
அயிட்டம் சரக்கு சைடிஸ்
பணிப்பெண் பேபிசிட்டர்
ஐஸ்கிரீம் சாக்லெட்
குல்பி டெஸர்ட்
காக்டெயில் பூங்கொத்து

இடத்துக்கேற்ற விலை
விலைக்கேற்ற பெயர்

இரவு நேரத் தொடர்வண்டிப் பயணங்கள்
விருந்தினர் மாளிகை ஓய்வுகள்
பூங்கொத்துகளால் கௌரவித்துக் கொள்ளும்
அமைச்சர்கள் அதிகாரிகள்
வெப்பம் தேடி வந்த
அந்நிய தேசத்தினன்
தனது முகநூலில்
சொர்க்கத்தைக் கண்டதாக
தகவல் பதிக்கிறான்
விலைமகளும் மதுவும்
வாழ்வின் பெரும் போகமென்னும்
கவிஞன்
தனது அடுத்த தொகுதி
அறிவிப்பைத் தருகிறான்

மகள்களைத் தின்னும் தேசத்தில்
தேடும் தாயின் தடங்களை
பற்றி வளர்கிறது
பெரும் தீ.

எரி நட்சத்திரம்

தடித்த கண்ணாடிச் சுவரென
சாதி உன்னைச் சுற்றி அரணாகிறது
வெளிச்சத்துக்குள் இருக்கிறாய்
வெட்ட வெளிச்சமாய்
சாதியற்று வாழ்வதாய்
சத்தியம் உரைக்கிறாய்
கண்ணில்படும் போது
பட்டி விலங்கின்
அவதானிப்புடன் தலையுயர்த்தி
ஹலோ என்கிறாய்
ஞானப்பல் பளிச்சிடச் சிரித்தாலும்
செயற்கை மலர்ச்சி தூக்கல்தான்
உணவகத்தில் ஒன்றாய் உணவருந்துகிறோம்
யார் யாரைக் காதலிக்கிறார்கள்
யார் யாரைப் பிரிந்தார்கள்
கிரிக்கெட்டில் இந்தியா வெல்லுமா
ட்ரன்டிங் கவர்ச்சி நடிகை யார்
புதிய படத்துக்கு டிக்கட் கிடைக்குமா
விவரங்களுடன் இடையில்
கொஞ்சம் மதுவையும்
பரிமாறிக் கொள்கிறோம்
குறிப்பாகச் சாதியைப் பற்றி
மறந்தும் பேசுவதில்லை
சமத்துவ சோதியில்
மின்னும் பாவனையுடன்
நீ உனது தீண்டப்படும் உலகுக்கும்
நான் எனது தீண்டப்படாத உலகுக்கும்
என்றென்றும் பிரிகிறோம்

காலச் சக்கரம்
உனக்காக உருளும் உலகில்
வாய்ப்புகளைப் பயன்படுத்திக் கொள்வதில்
தவறில்லையென எண்ணுகிறாய்
எங்கெங்கும் அடைபடாத

வாசல் உனக்கு
நுழையும் போது
தாயின் கர்ப்பத்துக்குள்
பதுங்கும் பாதுகாப்புணர்வும்
ஆயிரமாயிரம் கரங்கள்
அபயமளிக்கும் ஆசுவாசமும்
அவயங்களில் சுரக்க மிதப்பாய்

எங்களை எரிக்கும் சிதையில்
ஒளிரும் நிலவு நீ
எங்கள் மண் மலைகள்
காடு கழனிகள் கடல்கள்
கொள்ளையடிக்கப்படும் போது
கண்காணாமல் கரைந்துவிடும்
அமாவாசை நீ

எனது குடிசைகள் எரியும் போது
எனது யோனிக்குள்
இரும்பை நுழைக்கும் போது
காதலின் களப்பலியாய்
எனது சகோதரனை
தண்டவாளத்தில் கிடத்தும் போது
எனது பிள்ளைகளை
மநுவின் நாக்கு சுருக்காகி
கழுத்தெலும்பை உடைக்கும் போது
உனது முகத்தில்
தேய்பிறை சோகச்சித்திரம்
தீட்டிக் கொள்கிறாய்
நாங்கள் உனது
நெஞ்சைப் பிளந்துக் காட்ட
இப்பொழுதும் கேட்டதில்லை

இருட்டுக்குள் வாழ
நிர்பந்திக்கப்பட்டவள் நான்
ஒருபக்கப் பார்வை கண்ணாடிக்குள்
உன் கூட்டத்துடன் ஆடும்
சாதிய வெறியாட்டு
அம்பலமானாலும் பாதகமில்லை

பாதத்தில் ஒட்டிய தூசை
உதறுவதென மிகச் சாதாரணமது

எரி நட்சத்திரமாகிக் கொண்டிருக்கிறேன்
வாழும் வரை ஒளிர்வேன்
வீழும்போது இவ்வுலகை எரிப்பேன்
எந்தக் கரங்களாலும் அணைக்க முடியாத.

* ரோஹித் வெமுலாக்களின் நினைவுக்கு...

சிலுவைகளை நடும் இறைவன்

நான் வந்தேன் ஆசிர்வாதமின்றியே
சிலுவை என்றாள் தாய்
அன்னை கட்டளைகளை மட்டுமே
எனக்கு அருளினாள்
ஒருவேளை பகலையும்
அடுத்த வேளை இரவின் மீதியையும்
தின்றாலும் போதவில்லை
முழு இரவையும் சேர்த்துத் தின்றால்
பசியடங்கும் என்றான் இறைவன்
கையும் வாயும் இணக்கமற்ற
இரு பகைமை இனங்கள்
சமாதானத்தை
ஆண்டவனால் எட்ட முடிவதில்லை
ஆனால் புதிய சிலுவைகள்
யோனியில் தைக்கப்படுகின்றன
வல்லடியாக.

மழையை எதிர்பார்க்கும் பெண்ணின் இரவு

இரவு விழித்தபடியிருந்தது நமத்த விழியுடன்
மூடப்பட்ட செங்கற் சூளையென
குமையும் வீடு
பலமுறை புரண்டு படுக்கிறாள்
புளியஞ் சிம்பின்
நிழலும் கொள்ளைபோன
நெடுஞ்சாலை தகரக்குடிசையை
காற்று வறட்டுக் கரங்களால்
இறுக்கிப் பிடித்திருந்தது
ஒரு குடம் நீருக்கு
மூன்றுமைல் தூரம்
இளமை முழுதும் நடந்து வெடித்த
அவள் பாதங்களென மாறிய நிலம்
எரிச்சலில் நறநறக்கிறது
முந்தானையை நனைத்து
முகத்தைத் துடைக்கிறாள்
தன் குழந்தைக்கு
ஈரச் சிறகால் சற்று விசிறியவள்
கனக்கும் வயிற்றை இறக்க
வாசல் தாண்டித் தெருவோரம்
அமர்கிறாள் பல்லைக் கடித்தபடி
கண்ணீரென வழிகிறது தகிப்புடன்
வானம் நாளையாவது
கொஞ்சம் உயிர்த் தண்ணி ஊத்தாதா
ஏக்கப் பார்வை தொடுவானைத்
தொட்டுத் திரும்ப
கண்ணுக்கெட்டிய வெளி முழுதும்
குன்றுகள் உடல் சிதைந்து
கல்குவாரியின் மிரட்சியூட்டும்
சிதறிய சடலங்களின் கோரம்
திகிலுற்று எழுகிறாள்
அவளருகில் சட்டென நிற்கும்

காரின் கதவு திறந்து சிரிக்கின்றன
இரு கொடூர வாய்கள்

விபச்சாரத்துக்கு அழைத்து
கொள்ளையிட முயற்சி
ஒருவன் கொலை
கொலைகாரி கைதென
உண்மையை ஊருக்கு
உரைக்கும் ஊடகங்கள்.

பெயர்சூட்டுதல்

ஸ்வாமி நாதாயென
மரபாகவும்
அத்தான் மாமன்
மச்சான் மாப்பிளை
என்னஙகயென
நவீனமாகவும்
டார்லிங் ஸ்வீட்டி மச்சி
ஹனி அன்பே பேபியென
பின்நவீனமாகவும்
மொக்க நக்கியென
அதிநவீனமாகவும்
அழைக்கலாம்
உங்கள் பெட்டர் ஆப்
டில்டோவை.

எம்ஜிஆரைக் காதலிக்கும் வாணிஸ்ரீகள்

காப்பிப் போட்டு எழுப்பும்
எம்ஜிஆர் இன்னும்
பிறக்காமல் போனதுதான்
வாணிஸ்ரீயின் காவிய சோகம்
வாய்த்தது தேடியது வரமெல்லாம்
டாஸ்மாக்கில் வாந்தியெடுக்கும்
பட்சணத் தட்டெடுக்கும்
எம்ஜிஆர் தான்

காதல் கவிதையும்
காப்பிக் கோப்பையுமாய்
விடிவெள்ளி முளைக்க விழித்திருக்கிறார்கள்
கடை முதலாளி எம்ஜிஆருக்காக

ஆசிட் அடித்தாலும்
அருவா எடுத்தாலும்
பின்
புண்ணாக்கு மூட்டையை
கால் கட்டிய கட்டாத
கழுதை முன்
அவிழ்த்துக் கொட்டி
பிரார்த்தனை மெழுகு
அணையா ஜோதி

உறங்குவதற்கு முன் வாணிஸ்ரீக்களுக்கு
இரண்டு கோப்பை ஊற்றிக் கொடுக்கும்
சிவாஜி
நெஞ்சைப் பிடித்துக்கொண்டு கதறுவதில்லை.

நிபந்தனைகளுக்குட்பட்டது

விளம்பரங்கள் எத்தனை மோசமானவை
புல்லுக்கு வண்ணம் தீட்டி கத்தியாக்கும்
யானைக்குப் பட்டிக்கட்டி பொம்மையாக்கும்
மாயாஜாலப் பொறியது
நீங்கள் புலி மீதான மோகத்தில்
கட்டுண்டிருக்கும் தருணத்தின்
மாயக்கூண்டுக்குள் நுழைந்து விடுவீர்கள்
நிபந்தனைகளுக்குட்பட்டது என்னும் சிறுகுறிப்பு
உங்கள் கண்களுக்கு ஊறும் எறும்பளவில்
தட்டுப்பட்டாலும் குருட்டுணர்வில் பதிவதில்லை

மென்மையும் வலிமையும்
குறும்பும் சேட்டையும்
நாசுக்கும் நடிப்பும் வசீகரிக்க
வளர்ப்பு மிருகத்துடன் வாழும்
சாகசத்தை மெச்சி
உனது முதுகை நீயே
தட்டிப் பெருமையடைவாய்
ஒப்பனைகள் புனைந்த
சலுகை காலத் தேனிலவு மயக்கத்தில்
உங்களுக்காக நீங்களே எழுப்பும்
வாழ்நாள் உத்தரவாதக் கல்வெட்டு
பிறந்தக் குழந்தை அட்சிரத்தைச் சுத்தமாக
ஒலிக்கும் முன்பே சரிகிறது

ஒப்புக்கொடுக்கப்பட்ட ஒப்பந்தத்தில்
புழுத்துப்போன தன்னகங்காரத்துக்கு
பொழுதுபோக்காய்
சிறுகச் சிறுக உங்கள் கனவுகளை
உண்ணக் கொடுத்த பின்னும்
இல்லாத பத்துப் பிறவியின்
குருதியையும் கொடையாய்க் கேட்கும்
மரபின் ஆணவம்
பிழைப்பு நூலேணி உச்சியில்
ஊஞ்சல் ஆட்ட கழியில்

பணயமாய் நீங்கள்
நடுவே குட்டியின் கழுத்தைக் கவ்வி
அன்றைக்கான இரையைக் கேட்டு மிரட்டும்
கொடிய விலங்குக்கு இறைச்சித்துண்டுகளை
இரையிடுவதென உனது சதைகளை
அறுத்து அங்கிருந்தே வீசுவாய்
அடுத்து அரிப்பெடுத்து விரைத்து
வன்மத்தைப் பீச்சும் புழைதேடி
அடிமரத்தை அறுக்கும்
நீங்கள் அந்தரத்தில் தொங்க
உங்கள் வீழ்ச்சிக்குக் காத்திருக்கும்
இரவையும் பகலையும்
சந்தேகத்தின் நெருப்பு வளையமாய்
பிடித்து நிற்கும் அதன் கரங்களில்
ஒவ்வொரு நாளையும்
உயிர்ப்பிக்கும் மரண வாதை

ஒப்பனைக்காக வரையப்பட்ட வரிகள்
வெளுத்து
மறைத்துப் பழகிய கோரைப்பற்களின்
வெளிச்சத்தில்
ஞானம் கிடைக்கும் அக்கணத்தில்
இதுவரை ஏமாந்தது எச்சங்களையே
புசித்துப் பழகிய கழுதைப்புலியிடமென

நாளை தட்டில் விழும் எச்சில்
இல்லாமல் போகுமென்னும்
அச்சத்தில் அதன் விழிகளில்
கொலைவெறி சொக்கப்பனை
அப்போது மரணக்கூண்டின்
மேற்தட்டு விளிம்பில்
வாழ்க்கையையே சர்க்கஸாகப் பழகிய
நீங்கள்
மறுகண யோசனையின்றி
உறுமலுடன் குதறத் தொடங்கிய
அச்சதைக் குப்பையை
தெருவில் தள்ளிக் கதவடைப்பீர்
பிடுங்கப்பட்ட இறகுகளில்

ரத்தம் கசியக் கசிய
தாய்ப் பறவை
கூட்டைப் பிய்த்தெறியும்
வெறிபிடித்த குரங்கை
விரட்டும் மூர்க்கத்துடன் விரட்டினீர்
விளம்பரங்களை நம்பி ஏமாறாதீர்.

மரங்கொத்தி நாக்கு

நீல நெய்தல் பூவென
பூத்திருந்தது ஆழி
கடும் வேனில் காலத்தில்
கடற்தொழிலாளிக் கரையேற்றிய
கட்டுமரத்தின் அடியில்
அடம்பன் கொடி நசுங்கிய நெடியுடன்
துவங்கியது நமது கூடல்

சிறு சங்கொலியென
அலைகளுக்கிடையான ஓய்வில் சீறுகிறது
உன்னிலிருந்து எழும் மூச்சு
சவுக்குக் காட்டின் ஊசியிலை மெத்தை
உன்னைத் தாங்க
முதிர்ந்த பச்சையுடலை நெடும் வாக்கில்
மரங்கொத்தியெனக் கடைந்து
வலிய விசையால்
காமத்தின் பெரும்படகை
செலுத்துகிறேன் மகாசமுத்திரத்தில்
பாய்மரம் சிறகு விரிகிறது
நிலவை மறைக்க.

ஆறாம் திணை

விரல் நுனியில் இன்பங்கள்
கடை விரிக்கப்பட்ட உலகில்
விலைப்பொருள் தேடும் பெண்
தொடுதிரையைத் தடவத் தடவ
குவிகிறது முயங்கும் அம்மண உடல்கள்
ஆறடிக் கரணைகள் திரண்ட ஜிம் பாடி
சிக்ஸ் பேக் மிக நீண்ட குறி
ஆண் பெண் உடலை
அங்குலங்களின் இடைவெளிக்குள்
சிறைப்படுத்தியவன் இப்புவியில் தோன்றிய
முதல் சாத்தானாக இருக்கக் கூடும்
இச்சாத்தான்கள் பெற்றுப் போட்ட
குட்டிச்சாத்தான்கள் கனவுக்காளை எனும்
வணிகப் பெயருடன் மின்னணுத் திரையில்
உலவுகிறார்கள் விலைப் பட்டையுடன்

துரோகமிழைக்கப்பட்ட மனைவி
ஆண்மையற்றவனை மணந்தவள்
புணர்ச்சியில் ஆர்வமற்றவனின் துணைவி
துணைவனைப் பிரிந்தவள்
விவாகரத்தானவள்
திருமண வயதைக் கடந்தவள்
கணவனுடன் திருப்தியடையாதவள்
அலுப்புட்டும் ஒரேவிதக் கலவியை வெறுப்பவள்
விளையாட்டாய் வித்தியாசமாய் போகத்தை
விரும்பும் போக்கிரிகள்
விடா முயற்சியில் அவரவருக்கான
கடவுளைக் கண்டறிந்து விடுகிறார்கள்
இறுதியில்.

பண்டமாற்று வர்த்தகம்

சமையல் பாத்திரங்களை
மரச்சாமான்களை வாடகைக்கு
எடுப்பதுபோல் எளிதாக்கப்படனும்
காதல் சந்தை
பில்லியன் கோடிகள் வணிகத்தில்
கொடிகட்டிப் பறக்கும்
சிவப்புச் சந்தைகள் போலில்லை
என்றாலும்

ஒரு வாய் வெற்றிலைக்கு
ஒரு கட்டு பீடிக்கு
ஒரு குவளைத் தேனீருக்கு
ஒரு புட்டி மதுவுக்கு
ஒரு தட்டுச் சோற்றுக்கு
பண்டமாற்றாகி விடுகிறான்
அருகாமையில் வசிக்கும் காதலன்
உங்கள் பெயரில் மொழியில்
சுவரில் திரையில் படைப்பில்
கனவுக் கன்னியாய் செத்துக்கிடக்கும்
மெய்நிகர் உடலல்ல
அவன் நிஜம்

மதுக் கூடங்களில்
மசாஜ் பார்லர்களில்
ஆன்லைன்களில் ஒளிந்திருக்கும்
தலைமறைவு ஜீவனல்ல அவன்

வீட்டில் பக்கத்து வீட்டில்
தெருவில் கடைவீதியில்
பயணத்தில் கண்ணசைவில்
இலவச சேவையாற்ற
காத்திருக்கிறார்கள் ஜிக்காலோக்கள்.

சமையல் கரண்டி

புதுப்பெண் சீராட்டைக் கடந்தவள்
நாசுக்காகக் கூடுதல்
ஒப்பனைகளைத் துறக்கிறாள்
கணவனின் குறை மூட்டைகளை
இனிப்பாக்கி விழுங்க
ஆழ்துளையில் விழுந்த பந்தென
மிதக்கிறது அடிவயிற்றில்

அளவாகச் சிரிக்கிறாள் நண்பர்களுடன்
அவசியமெனில் பதிலுரைக்கப் பழகுகிறாள்
அலுவலகம் பூட்டிய
பின் நொடிகளை
வழிதவறாமல் இறுக்கப் பற்றியபடி
வளைதடியெனத் திரும்புகிறாள்
சந்தேகத்தின் கொடுக்குகளால்
குருதி கசியக் கசிய
பிராண்டுபவனின் மனச்சாந்திக்கு
நண்பர்களின் குறுவரிகளை
வெட்டிப் பலியிடுகிறாள்

அரிதாய் அந்தி வெள்ளியென
வீட்டில் முளைத்திருப்பவன்
தினமும் இப்படியாவெனும்
அமில வீச்சமெடுக்கும்
புராதானக் குரலுக்கு
ஆயிரம் மலர்களை மலர்த்தி
அமைதியின் நறுமணத்தை
தவழவிடுகிறாள்

குற்றவுணர்வின் பிசின் படிந்து
ஒளி மங்கி வழியும் கண்களுடன்
கடமையின் நமைச்சல் உலர்ந்து
தோல் தடித்து
குருட்டு மூலையின் அழுக்கென
புலப்படாமல் அலையும் அவளை

நள்ளிரவு டாஸ்மாக்கிலிருந்து
வீடு திரும்பும் நீங்கள்
தங்கக் காப்புடன்
வேர்வை பிசுபிசுக்கும்
ஒரு சமையலறைக் கரண்டியாய்
கண்டெடுக்க முடியும்
பசித் தட்டில்
மனைவியென.

அசல் அசைவம்

பெண் முத்தம்
துடிக்கும் இறாலை
உயிராய் உரித்துண்பது
பதனீயுடன்

ஆண் முத்தம்
பச்சைக் கணவா மீனை
பற்கடிப்படாமல் பனங்கள்ளுடன்
சுவைப்பது.

முத்தத்துக்குப் பிந்திய முத்தம்

சிற்றகலின் நாக்கு மேய்கிறது
வெக்கையான இரவின் உடலை
சன்னமான மூச்சில்
அலையும் சுடரை வாயமர்த்துகிறது
பெருமுத்தத்தால் இவ்வுதயம்.

சமபந்தி விருந்து

பெண்ணில்லை
குடும்பப் பெண்ணில்லை
பெண்ணியவாதியில்லை
வலது இடது
பின்போக்கு முன்போக்கு
நடுப்போக்கு கங்காணிகள்
முரண் கூட்டணி
பேதம் அழிந்து
சுவைக்கும்
ஒரே நாக்கு
வேசியென.

கடல் ஒரு நீலச்சொல்

உப்பு முத்தம்

கடலா கரையா
ஆடிக்கொண்டிருக்கிறது அலை
குடுகுடுவென ஓடிவரும்
சிற்றலையை வழிமறிக்கும்
சிறுமியின் சிப்பிப் பாதங்களில்
செல்ல முத்தமிட்டு
திரும்புகிறது வெற்றியுடன்.

தரிசனம்

உடலெங்கும் முத்தமிட
ஈரம் உலர்ந்த பட்டாம்பூச்சிகள்
ஒவ்வொன்றாய்ப் பறக்கின்றன
இறுதியில்
அங்கு நீ இல்லாமல் போயிருந்தாய்
காலை வெய்யில் குறும்புக்காரப் பிள்ளையென
எட்டிப் பார்க்கிறது
ஒருக்களித்த சன்னல் வழியே.

வெண்சிறகுடைய நீலப்பறவை

சிறைப்பட்ட நிலத்திலிருந்து
விடுபடத் துடிக்கும் பெரும் பறவையென
ஓயாமல் சிறகடிக்கிறது சமுத்திரம்
குழந்தையின் முன்

தன்னை வாரியணைக்க நீளும்
தளிர்க்கரங்களில் தேங்கும் விசும்பலில்
ஒருதுண்டு மேகம் மிதக்கிறது
சிப்பிகள் போன்று மணலில் புதைந்த
சிறுபாதம் பற்றித் தொடர்ந்து கதறும் அப்பறவை
வீட்டுக்கு வர வம்படியாய்ப் புரள்கிறது
யாருடைய துயரையும் துடைக்கும்
வழியறியாத பெரியவர்களின் எதிரே
சினேகிதத்தின் பிரிவு வாட்ட துக்கத்தில்
வழிகிறது தாயின் தோளில் குழந்தை
நெடும் பாசிகளின் மேல்
கடற்குதிரையால் நிரப்பிய குறிப்புகளை
பாடத்தொடங்கியது அந்நீலப்பறவை.

தெய்வ மகள்

இன்றெனக்கு ஒரு மகள் பிறந்தாள்
அவளுக்கு பிறப்புறுப்பில்லை
ஊராருக்கு பிறந்த மகள்களுக்கு
வாயும் சேர்ந்தில்லை
எல்லையம்மனுக்கு நிழல்தரும்
அரசில் கிளைத்துத் தொங்கும் யோனிகள்
ஓயாமல் சபிக்கின்றன
பிள்ளை வரம் வேண்டி
கட்டிய தொட்டில்களை

பச்சமரம் சாய்ந்தாலே பதைபதைப்பவர்கள்
பச்சைப் பிள்ளையின் தலையை
பதட்டமில்லாமல் அறுத்தார்கள்
வீட்டினுள் அலறும் செங்குருதிப் பீய்ச்சியடிக்கும்
திரைக்காட்சிக்கு கண்விலக்கி
மயிர் சிலிர்க்க
மனதைப் பூட்டும் பேரன்பாலானவர்கள்
மூடப்பட்ட கதவுகளுக்கு முன்னே
நட்டநடு வீதியில் வீசப்பட்ட சிரசு
நமது இதயத்தில் வெம்மையிருக்காவென வினவியது
அவள் கனவுகள் மங்கிய நிலவொளியில்
செம்பாலாய் எரிமலையின் கண்ணென உறைந்தது
அதன் விழிகளை எறும்புகள் அரிப்பதைக்கூட
தடுக்க முடிவதில்லை
பேரமைதியின் அமிலத்தில் அக்கறைகள்
அடுத்த உதயத்திற்குள் மறைந்துவிடுகின்றன
சனாதன நஞ்சு நிரம்பிய கோப்பைகளை
ஏழேழு தலைமுறைகளுக்கு உயர்த்தி
நீதியென பருகி உறங்க
கண்டத்தட்டுகள் ஒருமுறை புரண்டுப்படுக்கின்றன.

* ராஜலட்சுமிக்காக

அம்மா ஒரு தொடுவானம்

கருப்பு ரோசாக்கள் பூத்திருக்கும்
கனகாம்பர நிறச்சேலையில்
திரும்பி வந்த அம்மாவை
இடுப்பில் தம்பியுடன்
கண்ட மகிழ்ச்சியின் முதல் நினைவு
வால் நட்சத்திரத்தின் பிரகாசம்
பாவாடை தாவணியில் தோழிகளுடன்
மூன்று சூரியகாந்திகளென
கருப்பு வெள்ளைப்படத்தில்
சுருள்முடி நெளிய
உசந்து சுடரும் பேரழகி
இன்றும் அடுப்படிக்குப் போனால்
பாடுபரதேசிகளுக்குச் சேர்த்தே வடிக்கிறார்
கைமணமும் கைவைத்தியமும்
ஊர்ப் பிள்ளைகளையும் ஊட்டி வளர்த்தவை

பிறந்தகமும் புகுந்தகமும்
நுகத்தடியின் வலதும் இடதுமாய்
ஈருடலாய்ப் பிரதியாக்கி
வாழ்வின் பெரும்பாதையில்
சளையா ஓட்டம்
நேசத்தின் தாரசுத் தட்டு
எப்போதும் தாய்வீட்டிலேயே
தரைத் தொட்டுக் கிடந்தது ஒருபக்கமாய்
முதல் கோழி கூவி அடங்கும் முன்னே
நிலவென மறைய
அன்றைய பொழுதெல்லாம் அடைபட்ட
பஞ்சாரத்தில் பசியுடன் பரிதவிக்கும்
குஞ்சுகளாவோம்
பணி முடிந்து அப்பா திரும்பும் வரை
அந்திப் பிறையென அதிசயமாய்த் தென்பட்டு
திகைக்க வைப்பார் என்றாவது
பள்ளியிலிருந்து வீடு வரும்போது

பலமுறை பிள்ளைகளின் திசை மறக்கும் அவரை
விடுமுறை கிடைத்தால் அப்பா அழைத்து வருவார்
ஐந்தாம் வகுப்புக்கு முன்னேறியவுடன்
தம்பி தங்கைகளுக்கும் தாயாகிவிட்டேன்
அடுத்து இரண்டு பேருந்து மாறி
அம்மாவென்னும் உற்சவரை அழைக்கும்
அருட்சேவையும் எனதானது
பால்குடி மறந்த பிள்ளைகள்
அம்மாவைக் கேட்டு
அழுவதை நிறுத்தியதும்
வலசைப் பறவை
வருமென விட்டுவிட்டோம்
மீன்குஞ்சுகள் நீந்தும் குளத்தின்
ஒட்டாத அழகிய தாமரையவர்
புதுமைப்பித்தனின் செல்லம்மாவைப் படித்ததும்
ஏழு பிரம்மநாயகம் எனதப்பாவாகியவர்
சிறிய தங்கை ஊஞ்சலிருந்து விழுந்து கால் ஒடிந்தஅன்று
பெரிய தங்கையின் பிரசவத்தன்று
அப்பாவின் விபத்தன்று இன்னபிற
அவசர காலங்களில் அம்மா அருகிலிருந்ததில்லை
செய்தியறிந்து பதறி வருவார்
எங்கள் துன்பத்தின் நீல நாக்குகளும்
இன்பத்தின் செம்மஞ்சள் கரைசலும்
தொடுவானின் கரைகளைத் தீண்டியதில்லை

ஆதித்தடத்தை முகர்ந்தபடி
தொல்குடி எச்சம் மணக்கும்
மூதாயின் மகளவர்
தன் எல்லைக்குள் மணந்திருந்தால்
காடாறுமாத நாடாறுமாத அலைச்சல்
மிஞ்சி மந்தையோடு மகிழ்ந்திருந்திருப்பார்

சர்க்கரை வியாதி அரித்தப் பாதக்கட்டுடன்
விந்தி விந்தி மூச்சிரைக்கக் கைப்பையுடன்
பேருந்தில் அடிவைக்கத் தடுமாறுபவர்
எனது அம்மாவாகவும் இருக்கலாம்
ஒரு கைக்கொடுத்து ஏற்றிவிடுங்கள்.

நண்டுக்கறி விருந்து

குப்பையில் கண்டெடுத்த
கோழிக்குடல் துண்டென
மிதக்கும் பொறிக்கட்டையில்
உனது வன்மம் வீசப்பட்டிருக்கிறது
கொழுத்த நண்டுக்காக
எனது தோல்வியின் கொண்டாட்டு
ஊன் விருந்து கற்பனை
ஏழு லோகத்துக்கும் மணக்கும்
எச்சில் வடியக் காத்திருக்கும்
விருந்தினர்களின் நாவும் உலர்ந்தன
இரையிட முடியாத பொய்கள்
எவ்வளவு காலம்தான்
பசியைப் பொறுக்கும்
புதைக்கப்படாமல் ஏமாற்றத்தின்
உடல்கள் நாறத் துவங்கிவிட்டன
காத்திருப்பின் கரையெங்கும்
கொடும் வறட்சியின் சம்மட்டி
நொறுக்கிய நீரோடையின் ஆழத்தில்
எதிர்ப்பின் சேற்றைப் பூசி
உயிர்திருக்கும் விலாங்கின்
மெய்மை தவம்.

அமைதியின் நறுமணம்

நீ புறாக்களுக்குக் கூண்டமைத்தாய்
நானும்
நீ மீன்களைத் தொட்டியிலிட்டாய்
நான் கிணற்றில்
நீ வயல்களில் விதைத்தாய்
நான் எனது சிறு தோட்டத்தில்
நீ உனது கூரையை உருவாக்கினாய்
நான் மழை இளைப்பாறத் தொட்டில் கட்டினேன்
நாம் ஒருவரையொருவர் சந்திக்கும்போது
நாம் வார்த்தைகளை வளர்த்துக்கொண்டிருந்தோம்
விளைச்சல் வெறுப்பின் தீராப் பசியாற்றுகின்றன.

அந்தரங்கக் காக்கைகள்

காக்கைகள் சூழ் நிலமிது
ஊர் காக்கைகள் குழுவாய்
கூச்சலிட்டு கூரையேறிக் கரைய
கருத்தக் கூந்தலை அறுத்து
கொடியேற்றி விரட்டுவாள்

படையலில் வாய்வைக்க விலக்கப்பட்ட
பதுங்கிக்கிடக்கும் அண்டங்காக்கைகள்
வள்ளிக்கொடி வடமுடன்
அன்னதானச் சாகையில் காத்திருக்கின்றன
உங்கள் குலத்தேர்க்காலில் நசுங்கும்
எலுமிச்சைத் தலைகள் எவருடையவை

குண்டியை ஒய்யாரமாய் ஆட்டி
நெடுஞ்சாலையை குறுக்காகக் கடக்கும்
காட்டு வாத்துக்கள் அவள் சொற்கள்
அந்நியர் புழங்கா அகவிழிகளில்
கிடைமட்டமாய் நீந்துமவை
தனது நீண்ட கழுத்தை நீட்டி
ரகசியமாய் எட்டிப்பார்த்து விடுகின்றன
காக்கை ராஜியத்தை.

மணக்கும் மழை

பேய் மழையின் குணக்குறியுடன்
காமத்தூறல் வலுக்கிறது
பெருங்கடல் பெருகிக் கரைகடந்து
உன்னை உள்ளிழுத்துக் கொண்டது
மழையில் ரகசிய மழையில்லை
இம்மழை நாளில்
உதட்டு மீன்களைக் களவாய்
தின்றுத் தீர்க்கும் பூனை
நீர்சுதும்பின் பட்டுச் சதையென அத்தனை ருசி
கவிச்சி மணம் வலுத்தடங்கிய மழைக்கு
பூனை மீசையென
செல்லச்சாரல் உரசுகிறது மனதில்.

ஆகாச மணி

உச்சியில் மேயும்
வரையாட்டுக் கழுத்தில்
நாவற்ற மணியாய்
தொங்கும் குன்று
ஆட்டின் கழுத்தில்
மலையைக் கட்டியது
யாரென்று யோசித்தபடி
உறங்கிவிட்டாள் சிறுமி
தொடர்வண்டியில்.

மீன்பாடு பெண்பாடு

பள்ளிச் சிறுமிகள்போல் புதுவெள்ளத்தில்
குழுமிக்குழுமிக் குசுகுசுக்கும் மீன்கள்
அறுந்த மால்களைக் கழித்து
புதுமால் பிணைத்த வலையில்
தாத்தன் பிடித்த மீன்களுக்கெல்லாம்
மொந்தைக் கள்ளும் மரவள்ளிக்கிழங்கும்
கொடுத்து ஏமாற்றிப் பிடுங்கும்
சம்சாரிகள் உலவும் ஆற்றங்கரை

நல்லவாட்டுக் கடலில் மீனெடுத்து
பத்து மைல் கழுத்தொடியச் சுமந்து
விற்றுத் திரும்பும் ஆயா
இரவுக் குடிக்குக் காசுக் கேட்கும் கணவனை
சுளகெடுத்துச் நல்சாத்துச் சாத்துகிறாள்
சுருக்குப்பையைத் திறந்து
வெறுப்பாய் மடியில் வீச
சாராயக்கடைக்கு நடைகட்டுகிறான் கிழவன்
பின்னந்தியில் ஓய்ந்தமர்ந்து
புது மணிவலைக்கு மால் நெய்ய
எழுநூறாவது நிலவு எழுகிறது அவள் வானில்.

புதையல்

என்ன வேணும் கேளம்மா
வாங்கித் தருகிறேன்
ஆழியின் ஆழத்துக்குள்
படகிலிருந்து பாயும் மீன்கொத்தியென
நீரறுத்து உள் நுழையும் திறனுடைய மகன்
அரிய நல்முத்து வேண்டினாலும் தருவான்
அம்மைகளின் வயிறு குளிர
மீன் வேட்டைக்கு கடலோடும்
என் செல்வ மக்கள்
கரையேறி விடும் சுடுமூச்சே
புதையல் எந்தங்கமே.

மழை போகம்

மழையில் கரையும்
நீர்வண்ண ஓவிய வானம்
பகலெல்லாம் பூனை மயிரென
உதிர்கிறது தூரல்
சாம்பல்நிற மழைக் கண்
அந்தியில் நீர்தளும்பி
கருக்கத் தொடங்கியது
இரவை வெளுக்கும் பேய்மழை
கடல் பெருகி இருள் சாந்தை
அறையும் தூரத்து ஓசை
நடுநிசியில் பாழடைந்த பக்கத்து வீட்டில்
பூனைகளின் காட்டுக் கத்தல்.

கண்ணாடிப் பூனைகள்

பூனைக்குட்டிகளென ஆங்காங்கே
அமர்ந்திருக்கும் மூக்குக் கண்ணாடிகள்
மூக்கில் மேசையில் புத்தக அடுக்கில்
படுக்கையில் அடுப்படியில்

அவை என் விழிகளை
கண்களை உருட்டி மலங்க மலங்க
பார்க்கின்றன உட்கார இடம் தேடி
வெறுமையான மூக்கில்
தாவி ஏறிவிடுகிறது தன்னியல்பில்
சில நேரம் எங்கே இறங்கியதென்று
தெரியாமல் அலையவிடுகிறது
சரியென்று புறப்பட்டால்
தோள் பையுள் ஒன்று கவனமாய்
வந்து பதுங்கிக் கொள்கிறது.

தாய் மழை

மழை அறிமுகமற்ற
யாரோ போல் வந்து
தாயின் சகிப்புடன்
கழுவுகிறது
அத்தனை அழுக்கையும்.

கடல்கன்னியின் கண்ணீர்

இரண்டு கால்களுடன் நடமாடுமவை
பட்டிதொட்டியெங்கும்
கால்நடைகளுக்கு உணவாகின்றன
எஞ்சியவை வாய்க்கால்களில் ஓய்வெடுக்கும்
பெருமழைக்காலத்தில்
நீச்சல் பழகச் சென்று
நீலக்கடலின் அழகில் மயங்கி
நிரந்தரமாய்த் தங்கிவிடுகின்றன

சொரி மீன்களென மிதந்து
பெருங்கடலை ஆளத் தொடங்கும்
பாலித்தீன் பூதங்கள்
இறந்து கரை ஒதுங்கும் திமிங்கலங்களின்
வயிற்றில் செரிக்காத பூதுருக்கள்
தேவதையை மணலில் புதைக்கவிட்டுத் திரும்புகிறோம்
கடல்கன்னி சிந்தும் கண்ணீர்
விதைத்த வயலெல்லாம் பாய்ந்து
மூழ்கிறது நம் குடி.

கடவுளைக் கீழறுத்தல்

உடலை இரண்டாகப் பிளந்து
இணையாமல் காவலிருப்பவன்
உலகைப் படைத்த கற்பனையில் மிதக்கிறான்
இடது வயிற்றைச் சாத்தானெனவும்
வலது வயிற்றைத் தேவனெனவும் பெயரிடுகிறான்
தேவனுக்கு விருந்தும் சாத்தானுக்குப் பட்டினியும்
அளிப்பதவன் தர்மம்
ஒருபாதி யானையும் மறுபாதி பல்லியின்
உருவுடன் தெருவெல்லாம் உடல் தேயத்தேய
அலைகிறான் பெரும் பசியுடன்
சம்மணமிட்டு அமர்வது ஒழுக்கம்
கால் தொங்கவிட்டு ஆட்டுவது ஒழுக்கமின்மை
திண்ணைக்குத் திண்ணை அவனின் பொன்மொழிகள்
அவனின் அவதாரத்துக்கு ஒரு விரல்கடையளவு
ஈயமேற்ற ஏழேழு தலைமுறைக்கு கடனாளியவன்
முச்சந்தியில் யாசிப்பது குலத்தொழில்
குபேரப் பரம்பரையென இதிகாசம் படைப்பான்
மங்கிய உடுப்புடன் சாயம் வழியும் உடலுடன்
முட்டக் குடித்து வாசலுக்கு வரும் கடவுளை
வெற்றிலைக் காம்புக்கும் வழியற்று
கால்நீட்டி அமர்ந்திருக்கும் முதியவள்
தன் கைத்தடியால் தட்டித் துரத்துகிறாள்
ஆக்கும் கடவுளின் நிழலை
சாத்தான் திருடியதாக
புகாரளித்து போர் அறிவிக்கிறான்
தாழம் வேரிலிருந்து கசியும் நீரின்
ஆசுவாசத்துடன்
ஊனமான ஈன்ற குட்டியை
உண்ணும் விலங்கென
வலதுபாகத்தைத் தின்று முடித்தான்
சாத்தான்.

சூரியனை விழுங்கும் அரவம்

கசங்கிய முந்தானையில்
முகம் பொத்தியாடும் கண்ணாமூச்சி
கொதிப்பிலிருந்து ஆவலாயெடுத்து
அனல் தாளாமல் தவறவிடும் அதிரசம்
கன்றிய கரங்களை உதறும்
கடலின் கருநீலம்
பச்சைக் கண்ணாடி புல் பரப்பில்
முகம் திருத்தும் கூச்சம்
தும்புத் துரும்புகளெல்லாம்
நிறமூட்டும் தூரிகை
மலர்களின் வெறியூட்டும் மணம்
முற்றிய காம்பிலாடும் கனி
சாலை மறைப்பில் சிசுவுக்கு
பசியமர்த்தும் பெண்ணின் முலைப்பால்
கூடிக் களிக்கும் சிட்டுக்களின்
செல்லக் கீச்சொலி
மரத் தோகையில்
வழியும் பொன்னருவி
திறவுகோல் தொலைத்த
பிள்ளை குகைவாயிலில்
கால்கடுக்கும் தவிப்பு
தாயைக் கண்ட மகவின்
மகிழ்வான மஞ்சள்
வேட்டை மிருகக் கண்களின்
அவதானம்
வன்மத்தின் உடலையெரிக்கும்
கொள்ளிச்சட்டி
அந்தியின் முட்டை விழுங்கி
மண்ணுள்ளிப் பாம்பு
வெந்துப் புடைத்த மண்டையை
கருநாகத்தின் படமென
தலையுயர்த்தி ஆட்டம்.

தலை அறுத்தல்

பவளமல்லிப் பூக்கள் அச்சிட்ட
அம்மாவின் நைந்த
கருநீலச் சேலையென
மின்னும் வானின் கீழே
கொல்லப்பட்ட ஆற்றை
குறுக்காகக் கடக்கிறது வண்டி
இறந்த விலங்குகளின்
சிதைந்த எலும்புத்துண்டுகளின்
மேல் ஏறியிறங்கி

கரைகாணச் சமுத்திரத்தில்
இரைதேடும் பறவை
மிதவைக்குச் சிறு அலகில்
குச்சியைக் காவித் திரியும்
நம்பிக்கையின் பயணம்

தொடர்வண்டி நிலையத்தை
ஒட்டிய நெடுஞ்சாலையில்
காகிதங்களை மேயும் மட்டக் குதிரை
கட்டை வண்டி நிழல் வீட்டில்
ப்ளாஸ்டிக் குப்பைகள் பொம்மைகளாகின்றன
குழந்தைகளின் கையில்

தந்தை யாருடைய கழுத்தையோ
அறுக்கும் முனைப்புடன்
மூங்கிலை அறுத்துச் சீவி
தாயிடம் தருகிறான்

சிறியதும் பெரிதுமான கூடைகள்
நடைபாதையில் காத்திருக்கின்றன
தனது பின்னலுக்குள் பதுங்கியிருக்கும்
தலைமுறைகளின் வலிகள்
தலைகளை ஆன்ட்ராய்டில் பொத்தியபடி
சாலையில் விரையும் மனிதர்கள்.

பட்டத்து யானைகள்

அனாதரவாகச் சிறைப்பட்டதாய்
தழுதழுக்கும் குரலுடன்
கதவைத் தட்டும் இரவுகளில்
விடிவெள்ளி ஒன்றை
இருண்ட கூடாரத்தில் ஏற்ற
கிளர்ச்சியைத் தூண்டும்
சதிகாரியானோம்
தளையறுத்துக் கிராதிகளைத் திறந்து
பிரிவினைவாதியானோம்
கனவின் கண்ணியறுக்கும்
கண்காணிப்பாளனைக் கொன்று
கலகக்காரியானோம்
முட்கம்பிகளை வெட்டியகற்றி
தீவிரவாதியானோம்
கால்கள் பெருத்த கார்மேகமென
ஓங்கி நிற்கும் முதிர் காட்டில்
குறுக்கறுத்துப் பாயும் காட்டாற்று வெள்ளம்
எல்லைகளற்ற ஆதி நிலம்
அச்சமூட்டுவதாக விலகி ஓடின
அதிகாரத்துக்குப் பணிந்து பழகியவை

பாகன்களின் அங்குசங்கள்
பயமுறுத்துவதாகப் புகாரளித்தவை
பிரபுக்களின் கோட்டைகள் அபயமளித்ததாக
விருந்தரங்கில் நன்றியால் மண்டியிடுகின்றன
விலையுயர்ந்த மணிகள் குஞ்சங்களாய்
அலங்கரிக்கப்பட்ட அம்பாரமணிந்த யானைகள்
குடைப்பிடித்துப் பிளிறுகின்றன
காட்டுயானைகள் மதம் பிடித்தவையென.

காடு

குழந்தை புத்தகத்தைக் கிழித்தெறிகிறது
உலர்ந்த சருகுகள்
குமிகின்றன வீடு முழுதும்.

மன ஊற்று

காக்கையிடும் கற்கள்
குடம் நிரம்பி வழிகிறது
பேரன்பை அருந்திப் பறக்கிறேன்.

என் சொல்

வெறுப்பின் முகத்தில் மேயும்
பீவண்டு
மூலைப் பூனையின்
நகப்பிராண்டல்
எரியூட்டியவனைத் தின்ன நீளும்
தீநா
பழித்தீர்ப்பவளின்
குழவிக்கல்
ஆழ்மனக் கழிவுகளகற்றும்
பாதாளச் சுரடு
அரளிவிதை குடித்தவருக்குப் புகட்டும்
சாணிப்பால்
ஆக்கிரமிப்பாளன் விருந்து மேசையில்
அகதியின் மலம்
துளிர்க்கும் கண்ணீரைத் துடைக்கும்
மழலை விரல்
அதற்கு.

கடல் எங்கள் சிறகு

கடல் எங்கள் கருவறை
கடல் எங்கள் கரும்பலகை
கடல் எங்கள் கனவு
கடல் எங்கள் கல்லறை
கடல் எங்கள் வாழ்வு
கடல் எங்கள் வளம்
கடல் எங்கள் வயிறு
கடல் எங்கள் வரலாறு
கடல் எங்கள் அற்புதம்
கடல் எங்கள் அறிவு
கடல் எங்கள் அன்னை
கடல் எங்கள் ஆசான்
கடல் எங்கள் பல்லக்கு
கடல் எங்கள் பயணம்
கடல் எங்கள் பண்பாடு
கடல் எங்கள் புதையல்
கடல் எங்கள் குலம்
கடல் எங்கள் கூட்டாளி
கடல் எங்கள் சொந்தம்
கடல் எங்கள் சொத்து
கடல் எங்கள் சுகம்
கடல் எங்கள் தாய்மடி
கடல் எங்கள் தொட்டில்
கடல் எங்கள் தாலாட்டு
கடல் எங்கள் கிலுகிலுப்பை
கடல் எங்கள் காதல்
கடல் எங்கள் காமம்
கடல் எங்கள் கண்ணீர்
கடல் எங்கள் குருதி
கடல் எங்கள் வேர்வை
கடல் எங்கள் துயரம்
கடல் எங்கள் திடல்
கடல் எங்கள் மோதல்
கடல் எங்கள் சாகசம்

கடல் எங்கள் சிறகு
கடல் எங்கள் சுழற்கோப்பை
கடல் எங்கள் சவப்பெட்டி
கடல் எங்கள் அமுது
கடல் எங்கள் அமுதசுரபி
கடல் எங்கள் தாய்
எனது தாயை விற்க நீ யாரடா.

கொலைவாளும் கூட்டுப்புழுக் கூடுகளும்

இருபுறமும் கயிறால்
பிணைத்த பந்தய விலங்கென
திமிறிக்கொண்டிருந்த அவ்விரவில்
புரி அறுத்து கிளம்பும் அகாலம்
அதன் பாதைப் புதைக்கப்படாத பெருமிருகவுடலென
நைந்தும் நசநசத்தும் ஏறியிறங்கி நீள்கிறது
அரிந்து எறிந்த பெண்ணின் ஒற்றை உதடென
வெளிறிய பிறையிலிருந்து
பெருங்கருணையின் நிணம் வழிகிறது
மழிக்கப்பட்ட தலைமயிர்
நெடும்பாலையின் கருக்கொள்ளா மேகமென
காணாமல் போயிருந்தது
சுளுக்கெடுக்கும் லயத்துடன்
தலையை ஒடிக்கும் முன்
கைகளைப் பின்புறமாகக் கட்ட மறப்பதில்லை
வெட்டுக்குத் தயார்படுத்திய பட்டி ஆட்டைப்போல

குண்டூசிக் குத்தினால் பெற்றவர் கண்ணில்
குருதிக் கசியும் பாசக்காவியத்தின்
கரங்களில் பளபளக்கும் கூர்க்கத்திகளுக்கு
கர்ப்பிணியின் சூல் கிழித்து
துடிதுடிக்கும் சிசுவைக் குத்திக்கொல்வதில்
குற்றவுணர்வு பெருகுவதில்லை
பின்பு அவ்வுடல்கள்
கரைகாணாக் காவிரியின் வயிற்றில்
குலப்பெருமையின் படையலாகும்
பிணந்தின்னும் சடங்கு

ரத்த வீச்சமடிக்கும்
படுகளத்தின் காப்பு எல்லைக்குள்
பட்டாம்பூச்சிகள் புணர்கின்றன
இப்பொழுதும் உங்கள் படுக்கையில்
சனி மூலையில் நீங்கள் சாத்தி வைத்த
கொலைவாளின் கருக்கில்
ஊஞ்சலாடும் கூட்டுப்புழுக் கூடுகள்.

ஞான ரத்தினம்

சப்பாத்திக்கள்ளிகள் கிளைத்திருந்த
அப்பகலை ரத்தம் வடிய வடியக் கடந்தவள்
இரவென்னும் வற்றிய குட்டையில்
அமர்ந்து முட்களைக் களைகிறாள்
மேகங்களைப் பிடித்திழுத்துத் தைத்து
தைஇலை போலான வானத்தை
தலை மடிப்பாக்கி களைப்பில் உறக்கம்
ரத்தினக் கனியென அவள் வடித்த
குருதியெல்லாம் திரண்டு
அக்காலை கையருகில் கிடந்தது
ஞானத்தின் நிறமாய்.

ஒருநாள் கழிந்தது

உச்சிப்பகலைப் பிளந்து
இரும்பாயுதங்கள் வளைக்கும்
தாயின் ஆடையின்
பொட்டுப்பொட்டுக் கண்ணாடிகள் ஜாலம்
கத்திக்கு விலை கேட்கும்
கோயில் கோபுரங்கள் உயர்ந்த
நகர வீதியில்
சிதறும் மாய ஆலங்கட்டிகளை
உள்ளங்கையில் சேமிக்கும் குழந்தை
தாய் மகளுடன்
சாக்கடையோரப் படுக்கையில்
அகதியாய்க் கழிகிறது அந்நாளும்
பூக்கும் காணியெங்கும்
பொக்லைன் எந்திரங்கள்
பெரும்பசியோடு மேயும் பேரிரைச்சல்
இன்னும் துரத்திக்கொண்டிக்கிறது
அவளது தூக்கத்தை
தேசியக்கொடி பறக்க விரையும்
வாகனத்தின் முகப்பொளிக்கு
விலகிய ஆடையை
இழுத்துவிடுகிறாள் நெஞ்செரிய நெஞ்செரிய
திருகி எறிய முடியாத முலைகள்
காய்த்துக் குலுங்குகின்றன திரைச்சுவரொட்டிகளில்.

அணிலாடும் மாமரம்

வேனிற்காலங்களில் உச்சி முட்டும்
சுரடுகளாகின்றன கைகள்
பாத றக்கைகள் உதிர்ந்த பின்
அடிகளை எண்ணி வைக்கிறார்
கண்கள் அணிற்குஞ்சுகளென
மாமரக் கிளைகளிலேயே தாவிக்கொண்டிருக்கின்றன
மீன்சட்டியைச் சுற்றும் பூனையென
மரத்தடியிலேயே பொழுது கழிகிறது
உறக்கம் சாடும் உருகியோடும் பகலில்
பேரப்பிள்ளைகள் பிஞ்சைப் பறித்துவிடாமல்
அசமந்தத்திலும் ஒரு அதட்டல் காக்கிறது
பஞ்சுமுட்டாய் ஐஸ்கிரீம் கேக்
வண்டிகளுடன் வாடிக்கையாய்
கடன் வாங்குமளவு உறவு
தோட்டத்துத் தேங்காய் மாங்காய் கொடுத்து
அன்பு பரிமாற்றம் அவர்களுடன்
'என்ன நோயிடாயிது
நாலு பழம் சாப்பிட முடியல'
சலித்துக் கொள்கிறார்
நண்டு வளையென குழியோடும் பாதங்களில்
மருந்திட்டுக் கட்டுப்போடும் தாதியிடம்
உள்ளுக்குள்ளே உக்கிக்கும்
ஓதம் காக்கும் பழம் வீட்டை
அஸ்திவாரத்தை அரித்துக்கொண்டிக்கிறது கரையான்
உணர்வின்றி உளுத்துப்போகும் விரல்களை
ஒவ்வொன்றாய்த் துண்டிக்கிறார் மருத்துவர்

இனிப்பற்ற காப்பியில் உறையும் முகச்சுளிப்பில்
பாதியைக் கேட்டுக் குடிப்பது போல்
அவரின் வலியையும் பகிர்ந்துக்கொள்ள முடிவதில்லை
என்னைக் கொடுத்து இழந்தவளுக்கு
என்னிலிருந்து ஏதும் தர இயலாதவளாய்
சில்லிடும் இருக்கையில்
மரத்த எனதுடல் அறைபட்டிருக்கிறது
'உடம்பெல்லாம் எரியுது

சில்லுன்னு ஒரு கோக் வாங்கிட்டு வா'
மீண்டும் எமை உயிர்ப்பிக்கும்
தேன்தளிரென மெல்லசையும் குரல் பற்றி
தத்தியாடும் சிறுபறவைகளானோம் அப்பெருமரத்தில்.

அகிலாண்டம்

அவள் மேலும் கீழும் மூச்சு வாங்க
மிதிவண்டியை ஒரு சிகரெட் கடையின்
பக்கவாட்டில் பத்திரமாய் நிறுத்திப் பூட்டுகிறாள்
பணிக்குச் செல்லும் இளம்பெண்
தினமும் தன்னை ரகசியமாய் ஓரக்கண்ணால்
பல மாதங்களாகப் பார்க்கும் ஒருவனை
தீர்க்கமாய் பார்த்துப் புன்னகைத்து கடந்து
பின் இருக்கையில் அமர்கிறாள்
அவன் அவளின் சாதியில்லையென
துப்பறியும் வாசகர்கள்
ஓடும் பேருந்திலிருந்து இறங்கிவிட்டார்கள்
சாதிச் சங்கத்துக்கு உளவுச் சொல்ல

ஆயிரம் தலைகள் உருண்டாலும்
மதுரைவீரன்களும் பொம்மிகளும்
தங்கள் காதல் கோட்டையை
பச்சை மண்ணெடுத்தே எழுப்புகிறார்கள்
மதம் கொண்ட யானையின் காலடியில்.

தன்மை

பொங்கி நுரைக்கும்
தனிமையின் பெருங்கடல்
குடித்துத் தீர்க்க முடியா
திகட்டும் போதையது
கரையிலிருப்பது
நானும் நானும் மட்டுமே

ஒரு நான் வலது கையாலும்
மற்றொரு நான் இடது கையாலும்
சிறு படகு செதுக்கி
அதன் மீது காய்ந்த புற்களால்
கூரை வேய்ந்து நிழல் பரப்பினோம்
ஆழியில் அசையும்
தன்மை எனப் பெயரிட்ட
அவ்வீட்டிலிருந்து அன்றன்றைக்குமாய்

எவர் பிடிச்சோற்றிலும் மண்தூவா
கைகளின் விரலை வெட்டித் தூண்டிலிட
காலத்தில் சிறிய மீன்கள் மடி நிரம்புகின்றன
ரத்த வாடைக்கு
அலைகளின் மேலெழும்பிச் சலம்பும்
வாய் முழுதும் பற்களுடைய
ஆட்கொல்லிச் சுறாக்களின் ஏமாற்றம்
நட்சத்திரங்களை துணை வைத்து
நகரும் தோணி
திசை விரிய சூரியன் எழுவதை
எவரால் தடுக்க முடியும்.

நவீன ஏற்பாடு

இரண்டாயிரம் ஆண்டுகள் கழித்து
மீண்டும் மின்னணு உலகில்
நல்மேய்ப்பனாய் பிறந்த தேவக்குமாரனால்
இனி அதிகாரத்துக்கெதிராக
ஆட்களைத் திரட்ட முடியாது
சாட்டையடி வாங்க முடியாது
முள்கிரிடம் தரிக்க முடியாது
சிலுவை சுமக்க முடியாது
முதலாளியாக வேண்டும்
ஆடம்பரக் கார்கள் வேண்டும்
எஸ்டேட்டுகள் வேண்டும்
காதல் மன்னனாக வேண்டும்
மந்திரியாக வேண்டும்

அவரின் முற்காலத் தழும்புகளுடன்
சரித்திரத்தில் படிந்திருக்கும்
தியாகத்தின் நற்கருணையை
டிஜிட்டல் திரையில்
திரும்பத் திரும்பச் சுற்றுக்கு விட
தகவல் தொழில்நுட்பப் படைக்கு
கட்டுப்பணம் கைமாறியது

துன்பத்தில் தவிக்கும் மக்களின்
கண்ணீரைத் துடைக்க
ஆண்டவரின் நாலாயிரம் கவிதைகளின்
காகிதம் போதும்
சாத்தானின் ராஜியத்தில்
தேவன் முக்கிய மந்திரியானார்
என்பதே
தற்போதைய உடைப்புச் செய்தி

சிலுவையில் அறையப்படும் ஆட்டுக்குட்டிகளின்
வெறித்த விழிகளில் மீட்பரின் டிஜிட்டல் பிம்பம்.

சவப்பெட்டி அதிபர்கள்

பனிதவழும் மலைகள் பள்ளத்தாக்குகள்
பீரங்கிகளின் குறி இலக்குகள்
குங்குமப்பூக்களின் வாசத்தையும்
கைது செய்தார்கள்
கைவிலங்கிடப்பட்ட டால் ஏரி
கோடையிலேயே உறைந்துவிட்டது
இரும்புத் தொப்பி பூதங்களின் பிடியில்
கம்பி வளையங்களால் மூடப்பட்ட வீதிகள்
தாழிடப்பட்ட வீட்டிற்குள்
மௌனத்தின் பேரிரைச்சல்
உதடுகளிலிடப்பட்ட மின்னணுப் பூட்டைத் திறக்க
உலக நாடுகளிடம் திறப்பில்லை
சன்னல் கம்பிகளுக்குள்
காலி பால்புட்டியுடன் கண்ணீருடன் நிற்கும்
பாலகர்களின் அழுகையும் களவாடப்பட்ட
புகார்கள் கணக்கில் வருவதில்லை
பெல்லட் குண்டுகள் துளைத்த
எங்கள் குழந்தைகளின் கண்கள்
சிவந்த ஆப்பிள்கள் போல் வீங்கி அழுகுகின்றன
தாயைப் பார்க்க பிள்ளைகள் வீடு திரும்பினால்
புல்லட்களைப் பரிசளிப்பதாக அறிவிப்புகள்
எங்கள் தேசத்துக்கு சவப்பெட்டித் தயாரிக்கும்
அதிபர்களே
எங்கள் நெஞ்சைக் குறிவைக்கும்
குண்டுகளுக்கு முன் அஞ்சாமல் சொல்கிறோம்
ஆக்கிரமிப்புச் சாத்தான்களே வெளியேறுங்கள்
கருவிலேயே எம் சிசுக்களுக்கு
எதிர்ப்பின் கல்லெறியப் பழக்குகிறோம்
மிஞ்சியிருக்கும் விடியலின் கனவுக்காக.

இருக்கிறோம்

நீங்கள் யாரென்னு தெரியவில்லை
எனக்கும் நான் யாரென்று தெரியவில்லை
ஏன் வந்தீர்கள்
ஏனிங்கு வந்தோம்
ஆனால் இருக்கிறோம்.

நாளை

வெய்யில் பாம்பு ஊரும் கிளையை
கொத்திக்கொத்தி ஏமாறும் பறவை
வளாக மரத்தில் தாவித்தாவி அமர்கிறது
குளிரூட்டப்பட்ட மூடிய அறைக்கதவுக்கு
வெளியே பேரனுக்குச் சாதிச்சான்றிதழ் விண்ணப்பித்து
ஒரு கோடைகாலத்தையும் ஒரு மழைகாலத்தையும்
விழுங்கிய சுவரோடும் அலுவகத் தளவாடங்களோடும்
மன்றாடும் மூப்பர்
கோப்புகளுக்கு இதயமிருந்திருந்தால்
பிடிங்கித் தந்திருக்கும் அவர் சிந்தியக் கண்ணீருக்கு
அன்றைய பொழுது
விட்டத்தில் பாய்ந்த பூனையென
கன்றிய முகத்துடன் சுருண்டிருந்தது
குடிசையின் மூலையின் நிற்கும்
துருவேறிய வேட்டை ஈட்டியொன்று
நாளை தீட்டப்படலாம்.

புனிதர்கள்

அவள் சவப்பெட்டிக்கு
ஆணி தரிக்கப்பட்டு விட்டது நான் செல்வதற்குள்
முகமற்றவளிடம்
முகத்தைத் தேடிக்கொண்டிருந்தேன்
நெடும்பாலையில் நிழல் தேடும் பறவையாய்
அதோ அந்த வீதியில்தான் சேர்ந்தாடினோம்
இதே மேடையில்தான்
எனக்கான கவிதைகளை வாசித்தாள்
விரல்களைப் பிணைத்துக்கொண்டு
அந்தக் கடையில் காப்பி அருந்தினோம்
எனது மேசையில் கவிழ்ந்திருக்கும்
பூக்கள் அச்சிட்டக் குவளையில்தான்
மதுவைப் பகிர்ந்தேன் அவளுடன் எப்போதும்
முத்தங்களால் உயிருருஞ்சிக் களித்தோம்
என்னுடலை அவளுக்கும் அவளுடலை எனக்குமாய்
கலவிக் கடும்புனலின் கரைகளை
மாற்றி மாற்றி எழுதிக் கொண்டோம்
உயிர் கரையும்வரை உனக்காகவே வாழ்வேன் என்றாள்
அவளின் பற்தடங்கள் எனது முதுகில்
நினைக்கும்போதெல்லாம் கூசுகிறது
என்னை யாரென்று தெரியாது
மது அருந்தியதில்லை
யாரையும் காதலித்ததில்லை
சத்தியம் செய்தாள் அவையில்
செத்துவிழுந்த முகத்தைப் பொறுக்கிக்கொண்டு
திரும்பிவிட்டேன் அப்போது
பெட்டிக்குள்ளிருப்பது
ஆயிரத்து நாலாவது புனிதராக இருக்கலாம்
அல்லது என்றோ கொல்லப்பட்ட
எனதுடலாகவும் இருக்கலாம்.

சூலாயுதம்

காளிகள் மரிப்பதே நல்லதென நினைக்கிறார்கள்
தாங்கள் கருணையுள்ளவர்களாய் காட்சிதர
இதயமுள்ளவர்களாய் வெளிக்காட்ட
பெண்களுக்குப் பாதுகாப்பில்லை இங்கே
கூட்டத்தோடு பற்களைக் கடித்து
நாக்கை மெல்லத்தட்டி
இரக்கத்தை எச்சிலாய் தெறிக்க
கொல்லப்பட்ட காளிகள் வேண்டுமிவர்களுக்கு

அவள் வயிற்றிலிருந்த சிசுவும்
விசக்களையென எரித்தழிக்கப்பட்டது
தடயமிஞ்சி சாட்சியாக்கப்பட்டாலும்
சாதித்திமிர் நம்புகிறது அடிமயிரையும்
அசைத்துவிட முடியாதென
சாதியாணவக் கேடயத்தை
அரசின் கிடங்குகளே வழங்குகின்றன
பிணையில் திரும்பும் குற்றவாளி
குறைக்காலத்தையும் குடிசையெரிக்கும்
குற்றவேல் புரிந்தே மறைகிறான்
கொலைகாரனைக் குலச்சாமியாக்கி
சிலையெழுப்ப வரித் திரட்டும்
குடியழிக்கும் கொண்டாட்டு ஊரில்

கிழிக்கப்பட்ட யோனிகள்
உதிரம் வடியும் செம்மலர்களாய்
நீதி தேவதையின் கண்கள்
நிரந்தரமாய்க் கட்டப்பட்டிருக்கின்றன

காளிகளின் பிறப்புறுப்பில் சொருகப்பட்ட
கம்பிகளை ஆயுதமாய் வடிக்கும்
எங்கள் உலைக்கூடங்கள் தகிக்கின்றன
கனலும் ஆன்மாவைப்போல்.

பயங்கரவாதி பசு

ஜெய் ஸ்ரீராம் சொல்லுடா
கூர்தீட்டிய கொம்புகளால்
உயிர் பறிக்கும் மாடுகளிவை
மக்கள் வாழ்வை காகிதமாய்
தின்று கழிகின்றன கோட்டையிலமர்ந்து
கைகளில் இரும்புத்தடிகளுடன்
வீதிகளில் நடமாடும் பசுக்களைப் பார்த்து
மனிதர்கள் பயந்து நடுங்குகிறார்கள்

இறந்த மாட்டைப் புதைக்கச் சென்ற
நாலுபேரின் தலைகளை நசுக்கி
பிரதான சாலையில் போட்டது
நடுத்தெருவில் பிடித்து நிறுத்தி
சந்தைக்கு வந்தவர்களின் கைகளை முகர்ந்து
மாட்டிறைச்சி உண்டதாய்
வயிற்றைக் கிழித்தது காவலர்கள் கண்ணெதிரே
பசுக்கள் படையாய் வீட்டுக்குள் புகுந்து
சட்டியில் கொதிப்பது கன்றுக்கறியென்று
கல்லெறிந்தே கொன்றது முதியவரை
பயணிக்கும் சிறுவனின் பைகளைச் சோதித்து
பண்டிகைப் பட்சணத்தைப் பசுக்கறியென்று
மண்டையைப் பிளந்து நடைபாதையில் விசியெறிந்தது

எங்கள் தேசத்தில் பசுக்கள்
புற்கள் உண்பதில்லை
ஜெய் பாரத மாதா
கர்ஜிக்கும்
ரத்தமும் சதையுமாய்
குடலறுத்துத் தின்னும் நரசிம்மங்கள்.

கணக்கு

நானும் அவளும் பக்கம் பக்கமாய்
இருவருக்குமான இடைவெளி
பேரண்டமாய் விரிய
உனது வாக்குகள்
இறந்த நட்சத்திரங்களாய்
உதிர்ந்து சாம்பல் தூர்க்கும்
பாலையில் பெய்து வற்றிய மேகங்கள்
மீள் சூலரும்பிச் சாம்பலையும் உரமாக்கும்
பூக்கும் தாவரங்களைத் தழுவித் தழுவி
மேகத்தைப் பொசுக்க இயலா கோடைக்கு
முன் என்ன பின் என்ன.

நினைவு

சதா ஊர்ந்து செல்லும் நினைவுடன்
வாழும் நகுலன்
நசுங்கிவிடுமளவு துடைத்தழிக்குமளவு
சன்னமாயில்லை அது
அணைந்த விளக்கின் புகைப் புரியிழைகள்
பார்க்கும் போதே விஸ்பரூபமெடுக்கும் பூதம்
சகலத்தையும் சிதைத்து விளையாடுகிறது
கவளம் காய்ந்து
கண்ணாடிக் குண்டாய் தொண்டைக்குழியில்
உருளாமல் உடையாமல் அமரும்
வெண்ணைத் திரட்டு மலை
இரவுகளை வெண்ணிறமாக்கும்
ஆவியின் நடனம்
நெடுவழி உருகும் தார்சாலையில்
கால் நழுவும் வார் அறுந்த செருப்பு
தீயிட்டுப் பிழைத்தவரின் தழும்பென
வெளிக்காட்டி பிறர் கண்ணை உறுத்தாது
உயிரறுத்த சுருக்குக் கயிற்றின்
கழுத்து மடிப்பு வடுவை கூந்தலால்
நேர்த்தியாய் மறைத்து நடமாடப் பழகுகிறாள்.

நல்லிணக்கம்

அப்புறாவின் நிறம் அப்பழுக்கற்ற வெள்ளை
ஒற்றை றக்கையுடைய அதிசயப் புறா
அதன் அழகை ஆராதிக்கும் ஆயத்தக்கவிகள்
உங்கள் கூட்டைத் திறங்கள்
விரியும் வெட்டப்படாத ஒற்றைச் சிறகால்
தழுவட்டும் சுதந்திரத்தை
மணிக்கண் சுடர் விடுதலையின் ஒளியல்லவா
உடல் தடவிச் சோதனையிடும் காவலரண்களில்
அமைதிப் புறாவின் பாடலை உரத்துப் பாடவும்
புத்தன்கள் முளைக்கும் ஊர் மந்தையை
மலர்கள் கொழுக்கட்டை அணியமாய் வணங்குங்கள்
சீருடை தரித்த ஆயுததாரிகள்
உள்வீடு நுழைந்துச் சோதித்தால்
மடியில் கனமில்லாத நீங்கள்
இன்முகத்துடன் பாயசம் கொடுங்கள்
பிள்ளைகளைத் தூக்க வருவது
பள்ளி விடுதிக்கு அனுப்பவென நம்புங்கள்
காணாமல் ஆக்கப்பட்டோர் குறித்து
கவலைக் கொள்ளாதீர்
விருந்து மயக்கத்தில் இளைப்பாறிக்கொண்டிருக்கிறார்கள்
நல்லிணக்கப் புறாவுக்கு நாலுவேளை இரையிடுங்கள்
உலகின் பார்வைக்கு முற்றத்தில் காட்சியளிக்கட்டும்
சந்தேகத்தின் வெடிமருந்துக்கு விலையாகாதீர்
வீதியில் அதிரும் பூட்ஸ் ஒலியில்
அதன் ஒற்றை றக்கை உதிர்ந்தாலும் அச்சமடையாதீர்
அடுத்த ஐந்தாண்டில்
புத்தம் புது புறாப் பொம்மையை
அட்டைகளைக் காட்டிப் பெறலாம்
கனவுகள் கொல்லப்பட்ட நிலத்தில்.

நாளைய பாழ்

இளகும் மனமற்ற
சிமெண்ட் சாலையில்
ஊர்த்தவப் பேய்மழை
கால்கள் ஒடிய ஒடிய ஆடிக்களைத்து
மரிக்கிறது கழிவுநீருடன்
புறவழிச்சாலையில் குடிநீர் லாரி
நள்ளிரவே வரிசையில் வாய்பிளக்க
நிற்கும் பிளாஸ்டிக் குடங்களில் நிரம்புவது
நாளைய பாழ்.

உள்ளழுகல்

உரித்துக் கொண்டேயிருக்கிறாள்
அன்பைக் கண்டடையும் முயற்சியில்
பளபளக்கும் வெங்காயத் தோல்களுக்கடியில்
அவ்வளவும் வெற்று அழுகல்
கண்ணாடியின் முகத்தை
எதிர் முகமாய் திருப்பினாள்.

ஆண்டாள் பாசுரம்

பக்கத்துச் சேரிப் பையனைக் காதலிக்கும்
ஆண்டாள்கள் பெட்ரோல் ஊற்றி எரிக்கப்பட்டார்கள்
காதலிப்பதாய் நாடகமாடி
கருவறுத்துப் போட்டார்கள் சேரி ஆண்டாள்களை
தன் பூமியில் உழுது விதைக்கும் ஆண்டாள்களை
தந்தையை விட்டு வன்புணர்வு செய்தார்கள்
பின்பு பிறப்புறுப்பில் தடியை விட்டு ஆழம் பார்த்தார்கள்
படிக்கப் போகும் ஆண்டாள்களை
தாம்புக் கயிற்றில் தொங்கவிட்டார்கள்
பணிக்குச் சென்ற ஆண்டாள்களை
கைப்பட கடிதமெழுத வைத்துச் சாகடித்தார்கள்
ஆண்டாள்கள் சிந்திய உதிரத்தையெல்லாம்
சேமித்துக் கொண்டிருக்கிறோம்
ஊட்டிய முலைகளால்
பத்மாவதி புருசனுடன் படுத்தெழும்பி
ஆண்டாள்கள் பிள்ளைகளைப் பெறலாம்
தெய்வமெனத் தொழும் உலகு
பரந்தாமனுக்குக் காதல் தூதுச் செல்ல
ஆண்டாள்கள் கோவைப்பழம் ஊட்டி
கொஞ்சும் கிளிகள் வளர்ப்பதில்லை
இன்று
புலிகளைப் பழக்குகிறோம்.

எச்சில் பூனைகள்

புலி வேசமிட்ட பூனைகள் இருப்பதொன்றும்
பிரச்சனையில்லை
புலியெனப் பிச்சையெடுக்காதவரை
சாராயச் சண்டையில் சட்டை கிழிந்ததை
பெற்றத்தாயை எட்டி உதைத்ததை
குழந்தைக்கு லாரிச் சக்கரத்தைக் காட்டி மிரட்டியதை
சாதிவெறியை ஆண்மைத் தினவை
போதையில் குப்புறக் கவிழ்ந்து உடைந்த மூக்கை
களப்போரின் வீரமென நம்பத் தொடங்கிவிடுகின்றன
எச்சில் பூனைகள்
வீதி முழக்கத்துக்கே
நடுநடுங்கிப் பயத்தில் பதுங்கியிருந்தவை

புலித்தோல் போர்த்திப் பிழைக்கும் இவ்வெருகுகள்
புராண வரிகள் புணர்ந்துப் பிறந்தவை
புலி பிராண்ட் பொட்டலம் அவிழ்த்தால்
அத்தனையும் பூனைப்பீ.

ஆண் அகந்தை

ஆண்மையின் குகைக்குள்
ரகசியமாய் வளரும் அகங்காரம்
பெண் பணிவை ரசித்து
பதுங்கிக்கிடக்கிறது
கேள்வியில் மறுப்பில்
மறுதலிப்பில் விலக்கில்
புறக்கணிப்பில் சீற்றமேறி
அகந்தையின் வன்மம்
வேட்டையைத் தொடங்கும்

பாமரனின் மிருகம்
அமிலம் அடிக்கிறது
வன்புணர்வு செய்கிறது
கொல்கிறது
எழுதும் விலங்குகள்
வார்த்தைகளை ஏவி
அமிலம் அடிக்கின்றன
வன்புணர்வு செய்கின்றன
கொல்கின்றன
இயலாதவை நட்பாய் நடித்து நுழைந்து
ரகசியமாய் நடுவீட்டுக்குள் மூத்திரமடிக்கும்
போதையில் நடந்ததாய் நாடகமாடி
தப்பிக்கும் மிருகம்
சபலர்களின் சபையில்
தன் ஆண்குறியைத் தானே சுவைத்து
உச்சமடைந்து களிக்கும்.

ஜீவகாருண்யம்

கருணையின் பேருருவாய் அவதரித்து
எறும்புப் புற்றுகளில் பச்சரிசியிடும்
படித்த ராமன்கள்
படம்பிடித்து முகநூலில் பதிக்கிறார்கள்
குலப்பெருமை கொம்பை கூர்சீவி
தற்பெருமை மைதொட்டு
புராணத்தைப் புனைகிறார்கள்
சொற்களின் தீக்குண்டம்
பூமிக்கும் வானுக்குமாய் எரிகிறது
சுயதிருப்தியின் சுவாலை

தீ வனத்தைத் தவிர்த்து
வேறு பாதையில்
சீதைகள் சிரித்தபடி கடக்கிறார்கள்
காலந்தோறும்
தீக்குளிக்கத் திரேதாயுகச் சீதைகளை
தேடித் தோல்வியுறும் நவீன ராமன்கள்
தான் வளர்த்த தீக்குத் தன்னையே
தின்னத் தருகிறார்கள் இறுதியில்.

கிளிப்பிள்ளைகள்

வழிதவறிய பறவை பாதுகாப்பான
சிறு மூலை போதும் பதுங்க
பசிக்கு தானியம் பழம் சிறிது
சிறகு முளைத்த பறவை
பறந்தும் போனது என்னிடமிருந்து

கைத்தட்டல் முடிந்ததும்
சர்க்கஸ் முதலாளி
ஒவ்வொரு சுற்றுக்கும்
நெல்மணி கொடுக்கிறான்
றக்கை வெட்டிய கிளி
எஜமானைப் பாடுகிறது.

உடற்கடிகை

மோட்டுவளை ஆரங்களென
கால்களுக்கிடையில்
உலைதுருத்திக் கங்கு
தீண்டத் தீண்ட விரலுருக உடலுருக
அந்நாள் மேல் கீழாய்
அகத்தை நிரப்பும் உடற்கடிகையாகிறது
அந்தியின் நரையொளியில்
படுக்கைக் கோட்டின் தொடுவானின்
செம்மஞ்சள் சாந்தாய் நெகிழும் ஈரிலைகள்
இருளைத் தனக்குள் அமிழ்த்திப் பூட்டி
இரவின் கனத்த வாளாகிறது
அதுவொரு
மரவள்ளிக் கிழங்கும் மழைக்கெளுத்தியும்
அவியும் வாசமிக்க காலம்.

சொர்க்க வழி

இல்லறத் தத்துவத்தில்
நம்பிக்கையிழந்த பெண்கள் கூட்டம்
காவித் தரித்து
ஆசிரமப் பளிங்குத் தரையில்
கறை படியவிடாமல்
தேய்த்துத் தேய்த்துக் கழுவிக் கொண்டிருக்கிறார்கள்
ஊமத்தை விதையென
நரைத்த தலையைத் தடவியபடி
மெய்நிகர் காதலிக்கு ஆயிரத்தொன்றாவது
காதல் கவிதையை எழுதிய மூத்தகவி
கூந்தலுக்கு இயற்கை வேதிப்பொருள் கூடிய
டை அடித்துக் குளித்து டாஸ்மாக்குக்குத் தயாராகிறான்.

கார்ப்ரேட் சாமியாரிடம்
தீட்சைப் பெற்ற திருட்டு அல்வா இலக்கியவாதி
இளம் பக்தைகளுடனான செல்பியுடன்
தனது சந்தைப் புள்ளிகளைக் கூட்டுகிறான்
அரசியல்வாதிகள் சிலர்
மடத்தின் முகவரிக் கேட்டு வாசலில் நிற்பது
அவனது புகழை
சந்திர மண்டலத்துக்கு உயர்த்தும் நிகழ்வுகள்

அதிகாரத்தின் முரட்டுக்கால்களை
எழுத்தில் அடித்து நொறுக்கி முடமாக்கும்
கொரில்லா தளபதி
சேரிகளை அகற்றி எழுப்பிய மதுசாலையில்
பாட்டில் போராளிகள் பரிவட்டம் பூட்ட
தன் மகளை உருளும் சக்கரங்களுக்குப் பலியிடுகிறான்
தனது அடுத்த நூல் வெளியீட்டில்
மடப்பக்தைகள் சூழமர்ந்த
திருட்டு அல்வா மேடையில் சீட்டுக்கவியாகிறான்

ஆணினமென்னும் அரிய உயிரியைக் காக்க
ஆசிட் அருவாள் சேகரிக்கும் அனுதாபிகள்
சமூகத்தின் நாடித்துடிப்பை கொள்கை

பேரொளியில் தரிசிக்கும் சகாக்கள்
பெண்களின் அடி ரேகைகளை
துல்லியமாய்க் கணிக்க கேமராக்களை
பொருத்தும் வரட்டுத் தத்துவவாதிகள்
பாரதப்படை கட்டுகிறார்கள்
"பெண்ணியத்தைத்" தேய்த்தழித்து
பொன்னுலகைப் படைக்க.

அழிவு

விளைந்த நிலத்தில்
களவாடப் புகும்
தந்திரம் உனது சொல்.

பதர்ச்சொல்

எல்லா மேகங்களும்
மழையாவதில்லை
எல்லா விதைகளும்
முளைப்பதில்லை
எல்லாச் சொற்களும்
உண்மையைப் பேசுவதில்லை.

எதிர் நீச்சல்

அவளும் இவளும் பயணிக்கும்
பாதையின் குறுக்கே கரைபுரளும் சிற்றாறு
இருகரையிலும் பலர் குளிக்கிறார்கள்
சிலர் துவைக்கிறார்கள்
கால்நடைகள் தூரத்தில்
நீர்சூழ்ந்த சிறுதிட்டில் மேய்கின்றன
அவள் படகைத் தேடிக் காத்திருக்கிறாள்
இவள் போய்ச் சேர்ந்தாள் அக்கரைக்கு
ஆழங்கள் கழுத்தளவுதான்.

மனங்கொத்திப் பறவை - 1

டொக் டொக்
டொக் டொக்
இடைவிடாச் சத்தம்
மரம் கொத்திப் பறவை
கொத்திக் கொண்டேயிருக்கிறது
புழுவடித்த மரம்
இனி தழைக்கும்
பொந்தில்
கண் விழிக்கும்
நாளைய சிறகுகள்.

மனங்கொத்திப் பறவை - 2

விண் விண்
விண் விண்ணெனத் தெறிக்கும்
இடைவிடாத வலி
மனம் கொத்திப் பறவை
கொத்திக் கொண்டேயிருக்கிறது
புழுபிடித்த மனம்
இனிப் பிழைக்கும்
புதுத் தசையில்
திறக்கிறது அகவிழி

அசுரத்தின் அரசி

நிலமே உடலாகி கடலே உடையாகி
அசுரத்தின் அரசியவள்
வார்த்தைகளின் பேரரசி
மொழிக்காட்டில் கண்டெடுத்த
இரு பூதங்களின் தாய்
வட முனையும் தென் முனையும்
முலையாக்கி அருந்தக் கொடுத்தவள்
பசித்த போது மலையைப் பிசைந்து ஊட்டி
தகித்தபோது மேகத்தைப் பிழிந்து தணித்து
விளையாட வனவிலங்குகளைப் பழக்கித் தந்தவள்

பல் முளைத்தது உடல் தடித்துக் கொழுக்க
ஆண்மையின் பேருரென
தெய்வப் பிறப்பென
உயர்சாதி உச்ச மரியாதை
ஆறுகால பூசை வேண்டிய
அனாதை பூதமென வேடம் தரித்து
நாடகமாடிய மநுவின் வாரிசது
அவன் வித்தைகாட்ட
அவள் தலையை அரிந்து
அவன் கையில் தானமிட கட்டளையிட்டது
அவளைக் பலிக்கொள்ளும்
ஆட்டத்தைத் துவங்கியது
தன்குறியைத் தானே சுவைத்தப்படி
ஆண்ட பரம்பரை அவதாரம்

அவள் மலம் புசித்த பன்றிக்குட்டி
அவளைப் பெற்றெடுத்த தாயுமானவனென
வரலாற்றின் அழுகிய பக்கங்களில் கக்குகிறது
சிலகாலம் துரோகத்தால் துரத்தியடிக்கப்பட்ட
வளர்ப்பு மிருகமென்றுப் பிச்சையெடுத்தது
சனாதனம் கருத்தரித்துப் பெற்றெடுத்த
சகபிராணிகள் எச்சில் வடித்தன

பிரமித்து வெறிக்கும் கலாச்சாரக் கால்நடைகள்
பன்றிக்குட்டியைக் கூண்டிலிட்டுப் பிச்சையெடுத்தன
அவன் நகங்களையும் பற்களையும் கூர்த்தீட்டின
நஞ்சேறிய பற்கள் குதற அலைகின்றன
சாதிய ஆராதனையின் வெறிச்சுடர்
கண்களையும் குருடாக்க
மனசாட்சியை செருப்பாய் அணிந்த நடையை
ராஜநடை என்றன சாதிச்சங்கத் தீர்மானங்கள்
அறுந்த செருப்புகள் அநாதையாக்கி விலகியதும்
கொல்லச் சதியென அபயக்குரல்
பிணத்தைக் கொல்லும் அறத்தை
அவளெங்கும் கற்றிருக்கவில்லை.

முள்காட்டில் பூத்த ஒற்றை மலரவள்
சூல்கொள்ள முடியாத
உங்கள் தவிப்பின்
விழிகளை இறுக்க மூடிக்கொள்ளுங்கள்
கூசினால்.

இலையுதிர் காலம்

பரியேறும் ராஜகுமாரனுக்காக
மாலையுடன் காத்திருந்துக் காத்திருந்து
மரமாகினாள் முல்லைத் தலைவி
அடைக்கலமாய் அண்டும்
பறவைகளைப் பழித்து
விரட்டுகிறாள் தன்னுடலை
கொத்திப் பிராண்டுவதாக

பொருள்வழிப் பிரிவால்
வாடும் தலைவன் வழிப்போக்கில்
இளைப்பாறுகிறான் அவ்வாகையில்
முளிதயிர் பிசைந்து தன்
மகவுக்கு அமுதூட்டும்
மருதத் தலைவியின் திசை மறந்து

வசந்தம் மாறிய
முதுவேனில் காலத்தில்
நெடுந்தொலைவு மேய்ச்சலுக்கு
சென்றுத் திரும்பும்
கால்நடைகளின் கழுத்துச்
சலங்கையின் ஜல்ஜல்
தன் செல்ல மகளின்
நடையை நினைவில் கிணுகிணுக்க
புரவியைத் தட்டுகிறான்
மருத நிலம் நோக்கி.

மேற்கிலெழும் சூரியன்

அருவியைப் புவியீர்ப்பு விசைக்கு
எதிராகத் திருப்புவது
வித்தை கற்ற சர்க்கஸ் மிருகத்துக்கு
வனத்தைப் பரிட்சியமாக்குவது
குருதியுறிஞ்சும் தாடையில்
பற்களை முளைக்க வைத்து
தானே உண்ணப் பழக்குவது
முதுகேறிய வேதாளத்தின் கால்களை
நிலத்தில் இறக்குவது
இதயத்தின் பழுது களைந்து
சிறகுகளை முளைக்க வைப்பது
ஆயிரமாயிரம் மின்மினிக் கண்களை
தீண்டலால் தேகமெங்கும் திறப்பது
முற்பிறப்புக் கனவையும்
அவனது தற்புகழ்ச்சியின்
கொடியையும் கீழிறக்குவது
வெள்ளி வரியோடிய
வயிற்று மடிப்பு வெம்மையில் வாழப் பழக்குவது
கண்ணாடியில் துப்பும் எச்சில்
அவன் முகத்துக்கானதென
ஞானமடையும் தருணம்
ஒரு பெண்ணால் காதலிக்கப்படுகிறான்
அவள் வானில் சூரியன் மேற்கிலெழுவாள்
இடமிருந்து வலமாகச் சுழலும்
அவளுலகம்.

கட்டவுட்கள்

மடப்பள்ளியில் திருமுழுக்காட்டி
தீட்சையளித்து ஆறடி பீடமேற்றி
பொய் முகம் பொய் உறுப்புகள்
பொருத்தி ஒப்பனை துருத்தாமல்
தெய்வத்தை அலங்கரித்து
ஊர்வலச் சப்பரத்தில் அமர்த்தும்
ஒத்தப் பணிதான் இங்கும்
இட்டுக்கட்டப்பட்ட உற்சவர்களின்
பெருநாள் ஊர்வலங்கள் திருவிழாக்கள்
வடமிழுக்க பக்தகோடிகள் பண்டாரங்கள்
ஜெயபேரிகை அலற
புகழ்மாலைகள் புனிதத் திருமறைகள்
ஆராதனைகள் கொடைகள் சாத்துப்படிகள்
சுயசரித்திர அடிஒட்டையடைக்க
புகைப்படக் குழுவுடன்
போராட்டப் பந்தலுக்கு
வந்திறங்கும் அவதாரங்கள்
போராளிகளின் சிரம் கொய்து
தத்தம் தலைபொருத்திய
ஆவணத்துடன் திரும்புகிறார்கள்.

தானிய முத்தம்

தானியங்களை நேசித்தேன்
தீண்ட முடியாத கடவுள் போல்
கருவறைக்குள் இல்லை
அதற்கு விலையுண்டு
தானியத் தெய்வங்களை வீட்டுக்கு அழைக்க
செந்நீரை அடிமாட்டு விலைக்கு
அளந்து கொடுத்தேன்
படியளப்பவன் என் படிக்கு
சிந்தியதைப் பொறுக்கச் சொல்கிறான்
அருள் நிறைந்த கடவுளின் முத்தங்களை யாசிக்க
ஆயுள் முழுதும் கொத்தடிமையாய்
அரை வயிறுடன்
என் பெயர் பொரித்த தானியத் தெய்வம்
நாளையாவது பிறந்துவிட வேண்டும்
பசியால் கொல்லும் பழிச்சொல் களைய
ஒருதுண்டு நிலமும்
எனதாக வேண்டும்
முத்தங்கள் முளைவிடும்.

தானிய இதயம்

தானியங்கள் பூக்கும் தாவரமவள்
சற்று ஓய்வாகக் கால் நீட்டி
அமர்ந்திருக்கிறாள் வாசலில்
கடப்பவர்களைச் சாப்பிட்டியா என்கிறாள்
ஆச்சு என்றால் என்ன சாப்பாடு
திருப்தியுறுகிறாள் பதிலில்
பசியாயிருந்தால் பானையிலிருந்து
கொஞ்சம் அகழ்ந்து கொடுக்கிறாள்
சட்டியும் காலியானால்
அரைப்படியளவு உதிர்த்துத் தருகிறாள் இதயத்தை
பொங்கி உண்ண.

உப்புத் தானியம்

பகலொரு உப்புப் பாறை
பூனையென நக்கி ஆவியாக்கும்
குளிரூட்டிய சுவற்றுக்குள்
இளம் பெண்கள்
தலையிலிருந்து வழியும் உப்பருவியை
இடது கையால் வழித்தெடுத்து
தன் குழந்தையின் கையில்
பட்சணமாய்த் திணிக்கிறாள்
சுமைக்கூலிப் பெண்
கரிசல் காட்டில் முள்மரம்
தரிக்கும் முதியவளிடமிருந்து
உதிரும் உப்புத் தானியங்கள்
சிவந்த அந்தியின் விளிம்பில்
கொதிக்கின்றன
சின்னச் சின்ன கல்லறை
வடிவில் செங்கல் அறுத்துத்தெடுக்கும்
சிறுமியிடம் பெருக்கெடுக்கும்
உப்பாறு ஓடிக் களைத்து
இரவின் நெளிந்த தட்டில்
கரை மீறாமல் தேங்கும்.

பிழைத்தல் நிமித்தம்

வயிற்றைக் கீறித் தைத்த தையல் தழும்பாய்
ஏரியின் நடுவே முரணைக்கட்டி ஓடுகிறது தார்சாலை
அனாதரவான சாலையில்
பள்ளிக்குப் பயணிக்கும் குழந்தைகளென
பதட்டமும் பயமுமாய்
இக்கார்காலக் குறைவெளிச்சத்தில்
அதன் போக்கில் பனையேறிக் கெண்டைகள்
இடதுபுறமிருந்து வலதுபுறம்
பெருமழையால் நனைந்துக் கிடக்கும்
நெடுஞ்சாலையைக் குறுக்காக கடக்கின்றன
கொலைச்சக்கரங்களில் தப்பிப் பிழைக்குமொன்று
நானாகவும் இருக்கக் கூடும்.

வெற்றுத்தாள்

தாடைகள் தட்டப்பட்டு பார்வை மங்கிய
படுகிழமாய் அமர்ந்திருக்கின்றன
அச்சிட்ட அற நூல்கள்
நெடுங்காலமாய் கும்பிப்புண் அவதியால்
அவை தேம்பி அழுகின்றன
பிரதிகள் மூலிகை மருந்தெனில்
ஆழ்மனங்களில் வளர்க்கும்
வெறுப்புப் புற்றைக் கரைத்திருக்கும்
பொன்னுலகின் சித்தாந்தங்கள் சவலைப் பிள்ளைகளாய்
விரல் சூப்பும் தொட்டில் குழந்தைகள்
விசக்கனியான வேதமறைகள்
மதம் பிடிக்க வைக்கின்றன
உண்டு செரித்தவரையெல்லாம்
புனித வாக்குகள் கொல்லும் வாள்களாக்கி
வெட்டி வீழ்த்துகின்றன எளியவர்களை
நெடும்பகையின் பக்கங்களிலிருந்து உதிர்ந்த சொற்கள்
வெடிகுண்டுகளாகித் தாக்குகின்றன
வரலாறு முழுதும் விழும் பிணங்களை
எண்ண யுகங்கள் போதவில்லை
சமச்சீரற்றப் பற்களுடைய ஏடுகள்
வெறிப்பிடித்த நாய்கள்போல் அலையும் வீதிகள்
சட்ட நூல்கள் சவப்பெட்டியில் உறங்க
நீதியின் பிணத்தைப் புதைக்கத் தருகிறார்கள் தினமும்
சொற்களை எரித்துச் சரித்திரத்திலிருந்து
வெற்றுத்தாள்களை மீட்போம்
விடுதலையை எழுத.

•

கடலொரு அசையும் மாமலர்

தும்புக் கயிற்றில் வளர்ப்பு யானையென
நெடுங்கடலைப் புறவாசலில் கட்டி வைத்தவன்
உன் தாத்தன்
மதம் பிடித்துப் பனைத் தலைத்தட்ட
பாய்ந்தெழும் பெருங்கடலையடக்கி உன் அப்பன்
பாய்மரம் பாய்ச்சியவன்
விரதமிருந்து பறகோலா வேட்டைக்கு
முதல் வலையிறக்கிய அன்று
பௌர்ணமி ஒளியில் நல்முத்தென உதித்தாய்
கடலுக்கும் வானுக்கும் எல்லைகளில்லை
அப்போது கொண்டல் காற்றில்
குருதி நெடி வீசவில்லை
வலையில் ஊஞ்சல் கட்டி
வெண்ணலைகள் தாலாட்ட
சங்குப்பால் உரமூட்ட
சமுத்திரத்தின் இளவரசி நீ வளர்ந்தாய்
பிந்திய படகு தேடி கடற்கரையில் தவமிருக்க
நீயுறங்கும் மடியில் நிலவும் ஒருக்களித்திருக்கும்
நட்சத்திரங்கள் கீழறங்கி முன் நெற்றியில் முத்தமிடும்
வழிதவறிய வள்ளத்தைக் கடற்குதிரைகள்
கரை சேர்க்க அப்பனின் கழுத்திலேறி
கடலோடியின் சாகசத்தைக் கண்ணுறங்காமல் கேட்டபடி
விடியலை வாசலுக்கு அழைத்து வந்தவள் நீ
கடலம்மை பெத்த மகளே கலங்காதே

பெற்றெடுத்த பேறு வலித்தீர்க்க
வெண்சுதும்பு மாமருந்து
எலும்புகள் வலுப்படத் திருக்கை
சிசுவுக்கு முலை சுரக்கப் பால்சுறா
உலகமே உயிர்த்தெழ உப்பிட்ட
நெய்தல் மருத்துவர் நாம்
மூச்சடக்கி முத்துக்குளித்து
பவளங்கள் வெட்டி
அரசர்களை வாழ வைத்தோம்

உயிருக்கு அஞ்சியவர்களில்லை நாம்
கடலம்மை பெத்த மகளே கலங்காதே

சோழக்காற்றுச் சுழல் உன் தகப்பனை
ஆழிக்குள் புதைத்தும் நாம் துவளவில்லை மகளே
வீசிய வலையெல்லாம் கடல் பூக்களால்
அலங்கரித்த கடலம்மை
நமது கூடையும் வயிற்றையும் நிரப்பினாள்
நமக்கு நிரந்தர உறவுமில்லை இழப்புமில்லை
சமுத்திரம் மட்டுமே நமது சரித்திரம்
கடலம்மை பெத்த மகளே கலங்காதே

கடலும் நம்மைக் கொல்லாது
பேரலையும் நம்மைக் கொல்லாது
புயல் மழையும் நம்மைக் கொல்லாது
கடலைக் கள்ளமிடும்
கயவர் கூட்டமே நம்மைக் கொல்வது
கடலைப் படிப்போம்
கடலரசியலைப் படிப்போம்
கடல்கள் பூப்பது நமக்காக.
கடலொரு அசையும் மாமலர்.

கட்டுமரம்

வார்த்தைகளுக்கிடையில் தளும்பும்
வன்மக் கடலில்
வளைய வருகிறது கொம்பன் சுறா
கடக்கப் படகு
பிடிக்கத் தூண்டில்
கொல்ல வேல்
ஏதுமில்லா நிராயுதபாணிகள் வரலாற்றில்
காலிடறி விழாமல் கரையேற வேண்டும்

மொழியின் எலும்புகளை
உடைத்துச் செதுக்கும் ஓடாவி
தோலை உரித்துப் பாயாக்கி
நரம்புகளை உருவிக்கட்டி
எண்திசைப் பாயும் சொல்மரம்
பிறையைக் கட்டி இறக்கி
நங்கூரம் பாய்ச்சி நிலைக்கும்
அரிக்கன் மேடு முகத்துவாரத்தில்.

வெள்ளம்

அலையடங்கிய பெண்கடலில்
இறங்கிக் கால் நனைக்கும்
குழந்தைக்கு வழிகாட்டுகின்றன
கேள்விக்குறி போன்ற கடற்குதிரைகள்
அதன் தலையில் ஒரு நட்சத்திர மீனை
சூடி செங்கோல் ஏந்த
ஆண்கடல் வழி திறக்கிறது
ஆயிரம் விரல்களுடைய
ஆழ்கடல் பவளங்களின் நடனம்
கண் விரியப் பார்க்கும் கடற்பூக்களின்
படுக்கையில் சிறிது ஓய்வெடுக்க
ஓங்கல்கள் சவாரிக்கு அழைக்கின்றன
ஆமையின் முதுகிலேறி
உலகை ஒரு சுற்று வந்து
ஆளற்ற தீவில் பாய்ந்து ஓய்வெடுக்கிறாள்
பிள்ளைக் கடல்.

நீலக்கல் மூக்குத்தி

பிறந்ததும் சமுத்திரத்தை சேலையாய்
மடித்து மெத்தையாக்கிய அம்மா
நீலச்சீலையைத் தூளியாக்கி ஆட்டுகிறார்
அலையென ஆர்ப்பரிக்கும் சிரிப்பில் மயங்கி
கால்கடுக்க நிற்கின்றன வெண்நுரை மேகங்கள்
தலைவாசல் ஏறிவரும் நண்டுகளை
பாட்டிலில் இட்டு ஆழியை வளர்த்தார்
என்னுடன்
காலை மாலை கரையில் நடந்தோம்
கடலைக் கைப்பிடித்தே
கடும்புனல் காலத்தில்
உவர்நீரில் சங்கவித்துப் பசியாற்றி
உயிர் வளர்த்தோம் உரமாய்

பெருங்கடலோடி முதல்பாடில்
பிடித்த வலை மீன்களெல்லாம்
மகன் சூட்டிய கிரிடமாய்
பெருமையாய் அமர்ந்திருக்க
முதுநீரை நீலக்கல்லாக்கி
மூக்கில் அணிந்த
தென்முனை குமரி அம்மையாய்
கடலமுதேந்தி சந்தைக்குப் போகிறாள்.

பொருளடக்கம்

சங்கராபரணி

வேறு மழை ... 17
கொக்கை கவனித்துக் கொண்டேயிரு ... 18
சுழல் ... 19
அம்மா ஆடு ... 20
சங்கராபரணி ... 21
யானைக் கதை 23
கூப்பிடும் தூரத்தில் உனது தீவு ... 24
காலத்தின் ஏழு முகங்கள் ... 25
மீன்காரி ... 26
காட்டுப் பாதை ... 27
என் விழிப்பில் பச்சை சூரியன் ... 29
வார்த்தையின் வாடை ... 30
மனக்கடல் ... 31
மழை போகும் பாதை ... 32
மறைமுக அரங்கம் ... 33
உடலுக்குள் ஒரு காடு ... 35
வார்த்தைகளால் என்ன செய்வீர் ... 36
அகதி ... 37
குழந்தை ஏசு ... 39
தெய்வ உடல் ... 40
பாம்புகளுடன் சில பொழுதுகள் ... 41
கதவு தட்டும் வேதாளம் ... 43
கனவில் நடந்து கனவைக் கடந்து ... 44
விளிம்பிலிருந்து நழுவி ... 45
பிரபஞ்ச தியானம் ... 47
மௌனப் பாதை ... 48
குருட்டு வலி ... 49
கருப்பாயி ... 50
காதல் கடிதம் ... 51
சங்கராபரணி :நான் வளர்த்த ஆறு ... 53
இருளும் ஒளியும் ... 55
அதனதன் உலகம் ... 56
மந்திர கணம் ... 57
தேனீர் நேரம் ... 58
நரமாமிசர் ... 59

அம்மாவும் மகளும் ... 60
ஆளாகி நின்ற பொழுது ... 61
மயக்கம் ... 62
ஒரு கரையின் தனிமை ... 63
தன்னை அவிழ்த்துக்கொள்ளும் உடல் ... 64
ஆட்டம் ... 65
ஒரு கோப்பை தேனீர் ... 66
தவளை ... 67
கல்யாணமும் கட்டுமரமும் ... 68
நீருக்கடியில் ஒரு வீடு ... 69
வெள்ளைபாய்மரங்களும் சங்கிலிகளும் ... 70
மர்மமும் அற்புதமும் ... 71
பச்சை நகரம் ... 73
குழந்தையின் கண்ணீர் ... 75
வேறு பாதை ... 77

நீரின்றி அமையாது உலகு

கன்னியாகுமரி ... 81
விஸ்வரூபம் ... 82
பந்துகளின் இருப்பிடம் ... 83
கூடு ... 84
நிறம்மாறும் திரைச்சீலைகள் ... 85
புலி ... 86
ஊஞ்சல் ... 87
மழைக்காலச் சிறுமி ... 88
கடலை அழைத்து வருதல் ... 89
இரும்புத் தொப்பி ... 90
நெடுஞ்சாலை நடனம் ... 92
கோடைத்துயில் ... 93
ஞாயிற்றுக்கிழமை சந்தை ... 94
ரோஜாப்பழம் ... 95
வெளி ... 96
வீடுகளால் ஆன இனம் ... 97
நீரோடு போதல் ... 98
படுகளம் ... 99
இடம் ... 101
நீரின்றி அமையாது உலகு ... 102
அருட்பெருஞ்சோதி ... 103

வானத்தைக் கோர்த்துக்கொண்டிருப்பவள் ... 104
அறுந்த வால் ... 105
ஒளியை அறுவடை செய்யும் பெண்கள் ... 106
ஓணான் கொடி ... 107
மழைப் புத்தகம் ... 109
அமுதும் நஞ்சம் கலந்த கிண்ணம் ... 110
எலிகளை ஈனும் இக்கோடைக்காலம் ... 111
நிச்சயிக்கப்பட்ட பாலை ... 112
இஷ்ட தேவதையும் பாழ்மண்டபமும் ... 113
ஊடல் ... 114
அமைதியின் கரையில் ... 115
மருத்துவமனையில் ... 116
தப்புச்செடி ... 117
அருவம் ... 118
மரணங்கள் உருவாக்கப்படுகின்றன ... 119
உறக்கம் ... 120
என் காதலன் ... 121
நீரின் உருவம் ... 122
சபிக்கப்பட்ட நிலம் ... 123
கண்ணாடியின் ஆழமும் கரையும் ... 124
அகதி - 2 ... 125
விண்மீன் ... 126
வேம்பாயி ... 127
சூரியனுக்குக் கீழ் ... 128
மழை வேட்டை ... 130
குருவி ... 131
ஔவையிலிருந்து ஔவைவரை ... 132
கடவுளைச் செய்பவள் ... 133
அலைகள் ... 134

நீலி

வார்த்தைகளின் பேரரசி ... 139
உடலால் அளக்கப்படும் பாதை ... 141
என் வீடு ... 142
பகலை மேய்ப்பவன் ... 143
சதுப்பு வனங்களின் தோற்றம் அல்லது பிரிவு நிமித்தம் ... 144
உண்டியலில் இடப்படும் பௌர்ணமி ... 145
மனநோயின் முன்பின் நிகழ்வுகள் ... 146
கடவுளை உற்றுப்பார்க்கும் காண்டாமிருகம் ... 148

சுவரில் தளும்பும் கடல் ... 150
ஆப்பிளைத் தின்றவள் ... 151
பூமாதேவி ... 152
இந்தக் கோடை மழை இப்படித்தான் துவங்கியது ... 153
நீராழி மண்டபம் ... 154
Made in USA ... 155
பூமி தன்னைத் தானே ஒருமுறை சுற்றிக்கொள்கிறது ... 156
அவரவர்க்கான விழிப்பு ... 158
விதைச் சொல் ... 159
நுகர்பொருள் ... 160
சொற்கள் ... 161
முடிவுறாத விருந்து ... 162
மரணப்பறவை ... 163
கூடுபாய்தல் ... 164
தெருப்பாடகி ... 165
கனவை உலர்த்துபவன் ... 167
மரணத்தின் அரசியல் ... 168
பூமத்தியரேகை ... 169
நம் அம்மாவின் காதல் ... 170
மொழி பேதம் ... 171
குறுக்குவெட்டுக் காட்சிகள் ... 172
மரணக் கொடை ... 173
நாளின் திறவு ... 175
சாம்பல் நிற உடல் ... 176
உண்மைக் கதை ... 177
ஹராக்கிரி ... 178
சவப்பேழையின் அரசன் ... 179
ஸ்லாட்டர் ஹவுஸ் ... 180
எஜமானி இல்லாத வீடு ... 182
இளவரசியின் நடனம் ... 183
அனுமதி அட்டையுடைய வேட்டைக்காரர்கள் ... 184
மகா உற்சவம் ... 186
விலக்கப்பட்ட குருதி 1 ... 188
விலக்கப்பட்ட குருதி 2 ... 189
பேய் மொழி ... 190

எனது மதுக்குடுவை

அம்மா ... 193
என் குழந்தை பல வாரங்களாகப் பேசவில்லை ... 194
மிதக்கும் நிலம் ... 196
வணக்கம் தோழர் ... 198
எனதன்பே சர்மிளா ... 199
கெடுக சிந்தை கடிது இவள் துணிவே ... 200
ஒட்டகங்கள் குதிரைகள் ஒரு மீன்கூடை ... 201
முடிவுறாத யுத்தம் ... 203
தேங்காது பெய்த மழை ... 204
மனத்தீ ... 205
உதிர விதை ... 206
ஒரு மழையும் நீயும் ... 207
கலைச்சின்னம் ... 208
கல்லறை வீடு ... 209
சின்ட்ரெல்லாவின் தேசம் ... 211
பெண்ணென்னும் நினைவு ... 212
சுயவுருவப்படம் ... 213
மிச்சம் ... 214
சாட்சிக்கு வர மறுக்கும் வனப்பேச்சி ... 215
உடலம் கூரையிலிருந்து சரிந்து கொண்டிருக்கிறது ... 216
ஆட்கொணர்வு மனுக்கள் ... 217
நதிக்கரை நாகரிகம் ... 219
தலைவி பிரிவு ... 221
தீப்பற்றி எரியும் நிர்வாணம் ... 222
விலங்குப் பண்ணை ... 223
தமிழ்ச் சிறுமிகளும் மலையாளக் குழந்தைகளும் ... 225
நாடோடிக் கூற்று ... 226
ஆயிரத்து இரு இரவுகள் ... 227
பெரும் படையல் ... 228
பரிசில் பரம்பரை ... 230
கெடுக சிந்தை கொடிது இவள் பணிவே ... 232
தாய்க் கொடி ... 233
மாபலி விருந்து அழைப்பு ... 234
கொள்ளையர்கள் ஜாக்கிரதை ... 236
அரசியல் அமைதி ... 238
சிறுசுடரான யோனி ... 239
நீலியின் மகன்கள் ... 240
காமம் தீர்ந்த நூற்றாண்டு ... 242
காதல் சந்தை ... 244

எனது மதுக்குடுவை ... 245
பெண் வயல் ... 247
மனு மறுபதிப்பு ... 248
புலி சேர்ந்து போகிய ... 249
நெடுஞ்சாலை ... 250
கனவு ... 251
சிரிக்கும் புத்தனின் மகாதுவம்சம் ... 252
முள்வேலி முகாம் ... 253

முள் கம்பிகளால் கூடு பின்னும் பறவை

மழைச் சொல் ... 257
குதிரை லாயங்கள் ... 258
கன்னத்தில் குழிவிழும் சிறுமி ... 259
குழந்தை இரவு ... 260
கோழிக் குழம்புக்கான குறிப்பு ... 261
கடற்கண்ணி ... 263
நான் அவளாக ... 264
கொக்கலிக்கும் முலைகள் ... 265
தாயம் ... 266
காரல் மார்க்ஸ் இன்று முதல்
 கல்யாணசுந்தரமென அழைக்கப்படுவார் ... 267
அமராவதி லைலா ஜூலியட்டின் காதல் கொடி ... 269
அந்தர நீலாம்பல் ... 272
அர்த்தநாரி ... 273
அவன் ... 274
கல்லறையும் கல்வெட்டும் ... 275
கல்லறைகளைக் களவாடியவள் ... 276
ஈனத்தமிழன் ... 278
நீதி ... 279
அணு முட்டை ... 280
தாய் ... 281
தலைநகரம் ... 282
அதிநவீன கவிதை ... 284
வெட் சாட் ... 286
நாளை மற்றுமொரு தீண்டப்படாத நாளே ... 287
சுயம் ... 288
நூறு நாள் நூறு ரூபாய் ... 289
ஆண்மை ... 290

ஒரு தேசத்துரோகி அல்லது ஆன்டி இந்தியனின் வாக்குமூலம் ... *291*
நெய்தலும் நெய்தல் நிமித்தமும் ... *292*
ப்ராய்டின் தத்துப்பிள்ளைகள் ... *293*
சுழியம் ... *294*
மரணக் கிணறு ... *295*
களம் ... *296*
வாழ்க்கை ... *297*
வெயில் குஞ்சு ... *298*
சிலிக்கான் கடவுள் ... *299*
வீடு திரும்பும் மாலை ... *300*
லிங்கம் ... *302*
ஆகாயத் தாமரை பூக்கும் பருவம் ... *303*
மகளைத் தேடும் தாய் ... *304*
எரி நட்சத்திரம் ... *306*
சிலுவைகளை நடும் இறைவன் ... *309*
மழையை எதிர்பார்க்கும் பெண்ணின் இரவு ... *310*
பெயர்ச்சூட்டுதல் ... *312*
எம்ஜிஆரை காதலிக்கும் வாணிஸ்ரீகள் ... *313*
நிபந்தனைகளுக்குட்பட்டது ... *314*
மரங்கொத்தி நாக்கு ... *317*
ஆறாம் திணை ... *318*
பண்டமாற்று வர்த்தகம் ... *319*
சமையல் கரண்டி ... *320*
அசல் அசைவம் ... *322*
முத்தத்துக்குப் பிந்திய முத்தம் ... *323*
சமபந்தி விருந்து ... *324*

கடல் ஒரு நீலச்சொல்

உப்பு முத்தம் ... *327*
தரிசனம் ... *328*
வெண்சிறகுடைய நீலப்பறவை ... *329*
தெய்வ மகள் ... *330*
அம்மா ஒரு தொடுவானம் ... *331*
நண்டுக்கறி விருந்து ... *333*
அமைதியின் நறுமணம் ... *334*
அந்தரங்க காக்கைகள் ... *335*
மணக்கும் மழை ... *336*
ஆகாச மணி ... *337*

மீன்பாடு பெண்பாடு ... 338
புதையல் ... 339
மழை போகம் ... 340
கண்ணாடிப் பூனைகள் ... 341
தாய் மழை ... 342
கடல்கன்னியின் கண்ணீர் ... 343
கடவுளைக் கீழறுத்தல் ... 344
சூரியனை விழுங்கும் அரவம் ... 345
தலை அறுத்தல் ... 346
பட்டத்து யானைகள் ... 347
காடு ... 348
மன ஊற்று ... 349
என் சொல் ... 350
கடல் எங்கள் சிறகு ... 351
கொலைவாளும் கூட்டுப்புழுக் கூடுகளும் ... 353
ஞான ரத்தினம் ... 354
ஒரு நாள் கழிந்தது ... 355
அணிலாடும் மாமரம் ... 356
அகிலாண்டம் ... 358
தன்மை ... 359
நவீன ஏற்பாடு ... 360
சவப்பெட்டி அதிபர்கள் ... 361
இருக்கிறோம் ... 362
நாளை ... 363
புனிதர்கள் ... 364
சூலாயுதம் ... 365
பயங்கரவாதி பசு ... 366
கணக்கு ... 367
நினைவு ... 368
நல்லிணக்கம் ... 369
நாளைய பாழ் ... 370
உள்ளழுகல் ... 371
ஆண்டாள் பாசுரம் ... 372
எச்சில் பூனைகள் ... 373
ஆண் அகந்தை ... 374
ஜீவகாருண்யம் ... 375
கிளிப்பிள்ளைகள் ... 376
உடற்கடிகை ... 377
சொர்க்க வழி ... 378
அழிவு ... 380
பதர்ச்சொல் ... 381

எதிர் நீச்சல் ... 382
மனங்கொத்திப் பறவை - 1 ... 383
மனங்கொத்திப் பறவை - 2 ... 384
அசுரத்தின் அரசி ... 385
இலையுதிர் காலம் ... 387
மேற்கிலெழும் சூரியன் ... 388
கட்டவுட்கள் ... 389
தானிய முத்தம் ... 390
தானிய இதயம் ... 391
உப்புத் தானியம் ... 392
பிழைத்தல் நிமித்தம் ... 393
வெற்றுத்தாள் ... 394
கடலொரு அசையும் மாமலர் ... 395
கட்டுமரம் ... 397
வெள்ளம் ... 398
நீலக்கல் மூக்குத்தி ... 399